மதம் மாறியவன்

அந்திரேய் ஊப்பித்
தமிழில்: பூ. சோமசுந்தரம்

கலப்பை

கலப்பை வெளியீட்டு எண்: *9*
ISBN 978-81-922436-6-5

மதம் மாறியவன்
குறுநாவல்
ஆந்திரேய் ஊப்பித்
தமிழில்: பூ. சோமசுந்தரம்

முதற் பதிப்பு	:	மார்ச் *2021*
விலை	:	ரூ.*100*
நூல் அளவு	:	*1x8* டெம்மி
பக்கங்கள்	:	*80*
எழுத்துப்புள்ளி	:	*11*
அட்டைக் கட்டு	:	சாதா
வெளியீடு	:	**கலப்பை** *9/10*, முதல் தளம், *2*ஆம் தெரு, திருநகர், வடபழனி, சென்னை – *600 026.* *94448 38389, 75984 26389*
மின்னஞ்சல்	:	kalappai.in@gmail.com
வடிவமைப்பு	:	ஜெனித்
அட்டை வடிவமைப்பு	:	ஜீவமணி
இணைய தளம்	:	www.kalappai.in
அச்சாக்கம்	:	ஸ்ரீ வெங்கடேஸ்வரா ஆப்செட் சென்னை – *600 026.*

கலப்பை பதிப்பகத்திற்காக வெளியிடுபவர் : அனுசுயா ராமசாமி

"நியாங்கீ ஆற்றின் மஞ்சள் நீர் இடை விட்டுவிட்டுச் செக்கச் செவேரென்று ஒளிர்ந்தது. நீரில் ஊறிய உப்பிய பிணங்கள், ஆற்றுப் பரப்பு முழுவதையும் மூடியவாறு தொலை ஏரியை நோக்கி மிதந்து சென்றன. அளவு மீறி இரையெடுத்த அண்டங் காக்கைகளும் மற்ற ஊன் தின்னிப் பறவைகளும் முள்மரக் கிளைகளில் சோம்பலுடன் ஊசலாடின. இரத்தம் படிந்த முகத்தினவான சிங்கங்களும் கழுதைப் புலிகளும் உயிருள்ள மனிதர்களைக் கடந்து ஆடி அசைந்து சென்றன. மரங்களில் தலைகீழாகக் கட்டித் தொங்கவிடப்பட்டு, எறும்புப் புற்றுகள் மீது கிடந்து துடிதுடித்த கறுப்பர்களின் கூக்குரல்கள் இரவு நேரத்தில் விலங்குகளின் பெருமுழக்கங்களையும் அமிழ்த்திக் கொண்டு மேலெழுந்தொலித்தன. எத்தனையோ நெருப்புக்களின் பிரகாசத்தால் வானம் இரவெல்லாம் செவ்வொளி படர்ந்து கிடந்தது."

அணிந்துரை

– பேராசிரியர் **ஆ. சிவசுப்பிரமணியன்**

இந்நூலின் தலைப்பே அதன் கருவை உணர்த்தி நிற்கிறது. ஆப்பிரிக்க மக்கள் பிரிவு ஒன்றைச் சேர்ந்த சிறுவன் ஒருவன் தனது பழங்குடியின் தொல்சமயத்தைக் கைவிட்டு கிறித்தவ சமயத்தைத் தழுவிய கதை இது.

முன்னாள் சோவியத் ஒன்றியக் குடியரசுகளின் மொழிகளில் வெளியான சிறந்த சிறுகதைகளைத் தொகுத்து **"சோவியத் இனமொழிச் சிறுகதைகள்"** என்ற தலைப்பில் சிறுகதைத் தொகுதி ஒன்றை, மாஸ்கோ அயல்மொழிப் பதிப்பகம் சென்ற நூற்றாண்டின் அறுபதுகளில் பூ.சோமசுந்தரம் மொழி பெயர்ப்பில் வெளியிட்டது. அத் தொகுப்பில் இடம் பெற்ற லாட்விய மொழிச் சிறுகதையே இது. இந் நெடிய சிறுகதையின் ஆசிரியர் அந்திரேய் ஊப்பித் (1877–1960) லாட்வியாவின் கோர்கி என்று அழைக்கப் பட்டவர். 'மதம் மாறியவன் என்பது ஊப்பித் எழுதியுள்ள சிறந்த கதைகளுள் ஒன்று' என்று சோவியத் பதிப்பின் ஆசிரியர் குறிப்பில் குறிப்பிடப்பட்டுள்ளது.

கதைக்குள் நுழையுமுன் கிறித்தவம் குறித்த சில, செய்திகளை அறிமுகம் செய்துகொள்ளலாம்.

உலகின் அனைத்துச் சமயங்களுக்கும் இரு முகங்கள் உண்டு. ஒரு முகம் அன்பு, இரக்கம், பிறர்துன்பம் களைதல் என உயரிய சமூக விழுமியங்களை வெளிப்படுத்தும். மற்றொரு முகம் ஆதிக்க வாதிகளின் பக்கம் நின்று குரல் எழுப்பும்.வறியோர்க்கு அவ்வுலகைக் காட்டி இவ்வுலகை அவர்களிடமிருந்து மறைக்கும்.

சமயம் ஓர் அமைப்பாக இயங்கத்தொடங்கும்போது அது ஆளுவோரின் நலனைப் பாதுகாக்கும் பணியை மேற்கொள்ளும்.

இது கிறித்தவத்திற்கும் பொருந்தும். கிறித்தவத்தை அறிமுகம் செய்த யேசு அய்ரோப்பியரல்லர். எகிப்தியர்களின் அடிமைகள் போன்று வாழ்ந்த யூத இனத்தவர். அவருடைய சீடர்களில் மத்தேயு நீங்கலாக ஏனையோர் மீன் பிடித்தலை மேற்கொண்டு வாழ்ந்த யூதர்கள்தாம். முதல் முறையாக உரோமை நாட்டில் இது பரவியபோது கீழைத்தேய சமயமாகவும் அடிமைகளின் சமயமாகவும் பார்க்கப்பட்டது. அதைத் தழுவியோர் சிறை வாழ்க்கையும் சித்திரவதைகளையும் எதிர்கொள்ள நேரிட்டது. சிலர் மரணதண்டனைக்கும் ஆளாயினர். இவர்களை ஆதிக்கிறித்தவர்கள் என்றழைக்கும் எங்கல்ஸ் இது தொடர்பாகப் பின்வரும் மதிப்பிட்டைச் செய்துள்ளார் :

> அடிமைகள், அடிமைத்தனத்திலிருந்து விடுபட்ட சுயேச்சையான மனிதர்கள், எல்லா உரிமைகளையும் இழந்த ஏழைமக்கள், உரோமைப் பேரரசினால் விரட்டப்பட்ட அல்லது கட்டுப்படுத்தப்பட்ட மக்களின் சமயமாகவே அது தொடக்கத்தில் காட்சியளித்தது.

கி.பி 350 வாக்கில் ஒரு மதமாக, கிறித்தவம் ஏற்றுக் கொள்ளப்பட்ட பின் ஒடுக்கப்பட்டோரின் சமயம் என்ற அடையாளத்தை அது சிறிது சிறிதாக இழக்கலாயிற்று. அதிலும் கீழை நாடுகளுடனான கடல்வாணிபமும் அதன் வளர்ச்சி நிலையாக உருவான காலனிய ஆட்சி முறையும் தோன்றிய பின்னர், ஒடுக்கப்பட்டோரின் சமயமாக விளங்கிய கிறித்தவம் ஒடுக்கு வோரின் சமயமாக மாற்றமடைந்துவிட்டது.

போர்ச்சுக்கல், ஸ்பெயின், பிரான்ஸ் ஆகிய அய்ரோப்பிய நாடுகள், கத்தோலிக்கக் கிறித்தவத்தையும், இங்கிலாந்து, டச், டென்மார்க் ஆகிய நாடுகள் பிராட்டஸ்டண்ட் கிறித்தவத்தையும் தம் காலனிய நாடுகளில் அறிமுகம் செய்தன. பிராட்டஸ்டண்ட் கிறித்தவப் பிரிவுக்குத் தேவையான மறைப்பணியாளர்களை அனுப்பியுதவும் பணியினை ஜெர்மனி செய்தது.

சமச்சீர் அற்ற பண்டமாற்று வாணிபம், கனிமவளச் சுரண்டல், வேளாண்மையில் ஊடுருவல், தம் ஆலைகளுக்குத் தேவையான கச்சாப் பொருட்களை அனுப்புதல், தம் ஆலைகள் உற்பத்தி செய்யும் பொருட்களை சந்தையாக்கம் செய்தல் அத்துடன் வரிவாங்குவோராகவும் ஆட்சியாளர்களாகவும்

காலனியவாதிகள் தம்மை நிலை நிறுத்திக்கொண்டனர். இம் முயற்சியில் ஒரு பண்பாட்டாயுதமாகக் கிறித்தவம் பயன் படலாயிற்று. இதனால்தான். கவிதை வடிவிலும் உரை நடை வடிவிலும் ஆப்பிரிக்கர் ஒருவரின் கூற்றாக ஆசிரியர் பெயர் சுட்டியும் சுட்டாமலும் பின்வரும் கூற்று பரவலாக அறிமுக மாகியுள்ளது: "நீங்கள் இங்கு வந்தபோது பைபிளுடன் வந்தீர்கள். அப்போது நிலம் எங்களுக்குச் சொந்தமாக இருந்தது. இப்போது பைபிள் எங்கள் கைக்கும் நிலம் உங்கள். கைக்கும் மாறிவிட்டது".

ஆதிக்கிறித்தவம் என்ற சொல்லாட்சிக்கு நேர்மாறாக, காலனியக் கிறித்தவம் உருவாகிவிட்டது. இக் காலனியக் கிறித்தவத்தை அடிப்படையாகக் கொண்டே 'மதம் மாறியவன் என்ற இச் சிறுகதை உருவாகியுள்ளது. இவ்வாறு குறிப்பிடுவதன் அடிப்படையில், கதையின் களமாக அமைந்துள்ள காலனி நாடு எது? காலனியவாதிகள் யார்? என்ற வினாக்களை எழுப்பி விடை தேடினால் இவ்வினாக்களுக்கான விடை கிடைக்காது. ஊர், நாடு என்ற அடையாளங்கள் இன்றியே கதை உருவாகி யுள்ளது. ஐரோப்பிய காலனியவாதிகள் உருவாக்கிய காலனி நாடுகள் அனைத்திலும் காணப்பட்ட பொதுவான பண்பு என்று ஆசிரியர் கருதியதின் வெளிப்பாடாக இதைக் கொள்ளலாம்.

ஆயினும் மனித இறைச்சியை உண்ணும் ஆப்பிரிக்கப் பழங் குடிகள் வாழும் நாடு ஒன்று இக் கதையின் களமாக அமைந் துள்ளது என்பதை நாம் அறியும்படியான சான்றுகளை கதையா சிரியர் வெளிப்படுத்தியுள்ளார். ஆசிரியர் குறித்த அறிமுக உரையின் இறுதியில் 'கீழ்நாடுகளில் ஐரோப்பிய பூர்ஷ்வாக்களது காலனிக்கொள்கையின் பொய் முகமூடியைக் கிழித்தெறிந்து அதன் கோர ரூபத்தை வெளிப்படுத்துகிறது இக் கதை' என்று குறிப்பிட்டுள்ளதன் பொருத்தப்பாட்டை, இக் கதையைப் படித்து முடித்தவுடன் உணரமுடியும்.

பெயர் சுட்டப்படாது "அவன்" என்று சுட்டப்படுபவன்தான் இக் கதையில் மையப்படுத்தப்படும் பாத்திரமாக அமைகிறான். அவன் தாய் தந்தை இருவரின் உணவு தேடும் வாழ்க்கையை அறிமுகப்படுத்துவதில் இருந்து கதை தொடங்குகிறது. அத்துடன் அவர்களின் சமய வாழ்க்கை எத்தகையது என்ற புரிதலுக்கான செய்திகளும் வாசிப்போனுக்குக் கிட்டுகின்றன. வெள்ளையர் களின் வருகையும் பண்டமாற்று என்ற பெயரால் அவர்கள்

மேற்கொண்ட ஏமாற்றுச் செயல்களும் இயல்பான முறையில் வெளிப்படுத்தப்படுகின்றன. இதன் அடுத்த கட்டமாக வெள்ளையர்களின் வருகை அதிகரித்து, துப்பாக்கிகளின் துணையால் அவர்களின் மேலாதிக்கம் கருப்பினப்பழங்குடிகளின் மீது நிலைநிறுத்தப்பட்டது. அவர்களது குடிசைகளுக்கு வரி விதிக்கப்பட்டது. அவர்களின் இயக்கம் கட்டுப்படுத்தப்படுகிறது. அவர்களது கட்டளைகளை மீறியவர்கள் சவுக்கடிக்கு ஆளா கிறார்கள். காலனிய வாதிகள் அப்பகுதியின் ஆட்சியாளர் களாகத் தம்மை நிலைநிறுத்திக் கொண்டார்கள்.

காலனிய ஆட்சியாளர்களுக்குச் செலுத்தவேண்டிய வரியை முறையாகச் செலுத்துவதே மெய்யான கிறித்தவனின் கடமை என்று காலனிய ஆட்சியினர் கருதினர். பதினெட்டாவது நூற்றாண்டின் இறுதியில் (1799-1801) திருநெல்வேலி மாவட்டத்தின் ஆட்சித்தலைவராக இருந்த லூசிங்டன் என்ற வெள்ளையர் சென்னை வேப்பேரியில் இருந்த ஜெர்கி என்ற கிறித்தவ மறைப்பணியாளருக்கு எழுதிய கடிதத்தில் "சீசருக்கு உரியதை சீசருக்கும் தேவனுக்கு உரியதைத் தேவனுக்கும் கொடுங்கள்" என்ற விவிலியத் தொடரை புதிய கிறித்தவர் களுக்குக் கற்றுக்கொடுக்க வேண்டும் என்று கடிதம் எழுதி யுள்ளார். இங்கு சீசர் என்பது உரோமை மன்னனைக் குறித் தாலும் ஆட்சிபுரியும் எந்த மன்னனையும் குறிப்பதாகக் காலனியக் கிறித்தவம் பொருள்கொண்டது. லூசிங்டன் போன்ற உயர் அதிகாரவர்க்கத்தின் எதிர்பார்ப்பை, தொடக்ககாலக் கிறித்தவ மறைப்பணியாளர்கள் நன்றாகவே நிறைவேற்றினர்.

இக்கதையிலும் பெனிடிக்ட் பாதிரியார் பால் பென்ஹார்ட்டுக்குப் பின்வருமாறு கற்றுக்கொடுக்கிறார்:

> இந்த நிலமும் நீங்கள் எல்லோரும் லூசிடியா வேந்தருக்குச் சொந்தம். அவரோ கடவுளுக்கு அடுத்த படியாக உலகிலே எல்லாரையும் விட மாட்சிமை தங்கிய அரசர். அவருடன் ஒப்பிடும் பொழுது உங்களுடைய இனத்தலைவர்களும் எங்களது சொந்த அதிகாரிகளும், நானுமே கூட யானை முன் ஈக்கள் போல அற்பமான வர்கள். இங்கே கூடியிருக்கும் நீங்கள் எல்லாரும் பாவி களான மற்றக் கறுப்பர்கள் அனைவருமே அவருடைய காலடித் துகள் தவிர வேறில்லை (பக்கம்: **29**).

> தனியார் சொத்து புனிதமானது. ஆக்கிரமிக்கத் தகாதது என்பதன் பொருளைத் தம்மால் மதம் மாற்றப்பட்டவர் களுக்கு ரோமச் சட்டத்தின் அடிப்படையில் மனதில் பதிய வைத்தார். பெனிடிக்ட் பாதிரியார் (பக்கம்: 33).

> பொறுமையும் மௌனமும் கடைப்பிடிப்பாயாக மகனே. அரசின் ஆட்சி கர்த்தராலேயே விதிக்கப்பட்டது. எனவே அதற்குப் பணிந்து கீழ்ப்படிவது நமது கடமையாகும். கருணையுள்ளவர்கள், கடுமையானவர்கள் இரண்டு வகையான எஜமானர்களுக்கும் ஒரே மாதிரியாக நாம் தலைவணங்க வேண்டும். உனது தேகம் மரித்த பின்பு புண்ணியசாலிகள் எல்லோருடனும் சேர்ந்து நீ நேரே சொர்க்கம் செல்வாய். அங்கே உனது ஆன்மா அனுபவிக்கப் போகிற பேரின்பத்துடன் ஒப்பிடும்போது இந்தத் துயரங்களெல்லாம் எம்மாத்திரம். மகிழ்வடை வாயாக என் மகனே. உன்னை மிதித்துத் துவைக்கும் பாதங்களை முத்தமிடுவாயாக (பக்கம்: 37).

இவற்றையெல்லாம் கேட்டு வளர்ந்த அவனுக்கு பெனிடிக்ட் பாதிரியார் அன்பளிப்பாக வழங்கிய யேசுவின் உருவத்தைப் பார்க்கும் போது தோன்றும் நினைவு குறித்து ஊப்பித் :

> இயேசுவின் சிலுவையுரு அவன் மேஜை மீது இருந்தது. அது ஒன்றுதான் எவ்வளவு முயன்றும் அவனுக்குப் பழக்கமாக மாட்டேனென்றது. அதைப் பார்க்கும் போதெல்லாம் எறும்புப் புற்றுகளுக்கு மேல் தொங்க விடப்பட்டு இரவு முழுவதும் கோ கோவெனக் கதறி ஊளையிட்டு, முடிவில் சதையெல்லாம் கறவப்பட்ட எலும்புக் கூடுகளாய் மரங்களில் கட்டுண்டு ஊசலாடிய கறுப்பர்களின் நினைவு அவனுக்கு உண்டாகும். (பக்கம்: 52) என்கிறார்.

இது பால் பென்ஹார்ட்டின் ஆழ்மனப் பதிவின் வெளிப் பாடு. இதை மட்டுமின்றி தன் தாய், தந்தை, தம்பி ஆகியோரை எவ்வாறு வெள்ளையர் கொடூரமாகக் கொலை செய்தனர் என்பதை அவன் நினைவு கூர்வதையும் இணைத்துப்பார்த்தால் அவன் உள்ளத்தில் கனல் கனன்று கொண்டிருப்பதாக நினைக்கத் தூண்டுகிறது.

அவர்கள் அழைத்து வந்த வெண்ணிறத் தாடிகொண்ட வயது முதிர்ந்த பெனிடிக்ட் பாதிரியார் மற்ற வெள்ளையர் களைப் போல் சிறுவர்களிடம் கடுமையாக நடந்து கொள்ளவில்லை. அவர் எப்போதும் பரலோகத்தில் உள்ள தேவனைப் பற்றியும் வெள்ளையர் வாழும் நகரத்தின் சிறப்பு குறித்தும் அவர்களிடம் பேசிக்கொண்டே இருப்பார். இதனால் 'உளறுவாய்ச் சடையன்' என்று அவர்கள் பெயரிட்டனர். கதையின் தொடக்கத்தில் 'அவன்' என்ற பெயரில் அறிமுக மானவன் அவர் கூறியதை எல்லாம் மிகமிக விரைவாகப் புரிந்து கொண்டதால் அவனுக்குத் திருமுழுக்கு வழங்கி பால் பொர்ன்ஹார்ட் என்ற பெயரும் இட்டார்.

இதன்பின், அவன் ஆதர்ச கிறித்தவன்', ஆனான். 'சாவுக்கு ஒப்பான அஞ்ஞான இருளிலிருந்து மீட்கப்பட்டான்.' தன் சாதனை யாக இதைக் கருதிய பெனிடிக்ட் பாதிரியார், தம்மை விளம்பரப் படுத்திக் கொள்ளவும், எதிர்காலப் பணிக்கு நிதிதிரட்டவும் உதவும் என்ற நோக்கில் அவனைக் கப்பலில் தன்நாட்டிற்கு அழைத்துச்செல்கிறார். அவரது நோக்கம் நன்றாகவே நிறைவேறு கின்றது. அந்நாட்டு நகரின் தேவாலயத்தைப் பெருக்கி, வழிபாட்டின் போது மணியடிக்கும் வேலையில். அவனை அமர்த்திவிட்டு மீண்டும் ஆப்பிரிக்கப் பகுதிக்குத் திரும்புகிறார். இதன் பின்பும் கதை நீள்கிறது. தேவாலயப் பணியில் இருந்து அடுத்தடுத்து வேறு சில பணிகளை மேற்கொள்கிறான். சிறை வாழ்க்கை அனுபவமும் கிட்டுகிறது. இறுதியில் தன் சொந்த சமூகத்தைப் பழிவாங்கும். வெள்ளையரின் கருவியாக மாறுகிறான்.

'அவன்' என்ற பெயரில் சிறுவனாக அறிமுகமாகி, பால்பொர்ன்ஹார்ட் என்ற கிறித்தவப் பெயர் அடையாளத்தைப் பெற்று, தன் சொந்த சமூகத்தையே அழிக்கும் கருவியாக மாறிப்போனவனின் கதை இது. சிறு வயதிலேயே அவனிடம் வெளிப்பட்ட வெள்ளையர் எதிர்ப்புக்குச் சான்றாக, வானுல கத்தில் கடவுள்'

ஒரு வெள்ளைக்காரனுக்கு விட்டார் பாருங்கள் உதை (பக்கம்: 27)

என்று பெனிடிக்ட் பாதிரியாரிடம் கதை விட்டதைக் கூறலாம். அவன் தந்தை, தாய், தம்பி ஆகியோரைக் கொடூரமாக வெள்ளையர்கள் கொன்றதை நேரடியாகப் பார்த்தவன்.

நகர வாழ்க்கை அவனிடம் சலிப்பை ஏற்படுத்துகிறது (பக்கம்: 54-55-67).

தண்டனைப் படையின் அதிகாரியாக அவன் உள்ளத்தில் தோன்றிய சிந்தனைகள் அவனிடம் மனமாற்றம் தோன்று கிறது என்பதை வெளிப்படுத்துகின்றன (பக்கம்: 70-71).

ஆனால் இறுதி முடிவு அவனது சுயநலத்தின் வெற்றியை வெளிப்படுத்தி நிற்கிறது. மதமாற்றம் என்பது அவனைப் பொறுத்த அளவில் முன்னேற்றத்திற்கான ஏணிப்படியாக அமைந்துவிட்டது. மதம் மாற்றத்தின் மூலம் ஒரு கருப்பு ஆடு காலனியவாதிகளுக்குக் கிடைத்துவிட்டது. இது காலனியக் கிறித்தவத்தின் வெற்றி.

மதுரை.
21-12-2020

அந்திரேய் ஊப்பித்
(1877 - 1960)

சோவியத் யூனியனின் மேற்கே, பால்டிக் கரையில் திகழும் லாட்வியக் குடியரசின் மக்கள் எழுத்தாளராவார் அந்திரேய் ஊப்பித். லாட்வியத் தொழிலாளர்களும் குடியானவர்களும் வலைஞர்களும் தங்கள் தாய்நாட்டின் விடுதலைக்காக இடைவிடாது போராடினர். (லாட்வியா சோவியத் குடியரசானது 1940ம் ஆண்டில்தான்). இந்தப் போராட்டத்தில் அந்திரேய் ஊப்பித்தின் நூல்கள் பெரும்பங்கு ஆற்றின.

ஊப்பித் லாட்வியாவின் கோர்க்கிய் என அடிக்கடி அழைக்கப்படுகிறார். அவர் ஏழைக் குடியானவனின் மகனாகப் பிறந்தார், கிராமப் பள்ளி ஆசிரியரானார், பின்பு யதார்த்தவாதி எழுத்தாளராக மலர்ந்தார். பூர்ஷ்வா லாட்வியாவில் பலமுறை சிறை சென்றார். மரண தண்டனை கூட அவருக்கு விதிக்கப் பட்டது.

அறுபது ஆண்டுகளாக எழுதிவந்த அந்திரேய் ஊப்பித், பத்தொன்பது நாவல்கள் இயற்றியுள்ளார். "பசுந்தரை", "கரு முகிலில் ஒளிக்கதிர்" முதலிய இந்த நாவல்கள் லாட்வியக் குடியானவர்களின் வாழ்வையும் போராட்டங்களையும் சித்தரிக்கின்றன. இவை தவிர, இருபது சிறுகதைத் தொகுதிகள், பல நாடகங்கள், கவிதைகள் ஆகியன அவரது படைப்புக்கள்.

"மதம் மாறியவன்" என்பது ஊப்பித் எழுதியுள்ள சிறந்த கதைகளில் ஒன்று. கீழ்நாடுகளில் ஐரோப்பிய பூர்ஷ்வாக்களது காலனிக் கொள்கையின் பொய் முகமூடியைக் கிழித்தெறிந்து அதன் கோரரூபத்தை வெளிக்காட்டுகிறது இக்கதை.

1

அவனுடைய அம்மா கைக்குழந்தைகளுக்குப் பால் கொடுப்பாள்; புதர்களிலிருந்து பறவை முட்டைகளும் எறும்பு முட்டைகளும் பொறுக்கித் திரட்டுவாள்; ஆற்றில் மீன் பிடிப்பாள். அவனுடைய அப்பன் நியாங்கீ பள்ளத்தாக்கில் மாடு மேய்ப்பான்; தன் இனத்தாருடன் தொலை ஏரிக்கரைக்கு வேட்டையாடப் போவான் – அங்கே ஆற்றோரப் புதர்களில் சுவையுள்ள பெரிய பாம்புகள் உண்டு, பள்ளத்தாக்கிலோ, செல்வச் செழிப்புள்ள இனத்தார் வாழ்ந்துவந்தார்கள். அப்பனும் மற்றவர்களும் சில வேளை பெருத்த கொள்ளையுடன் திரும்புவார்கள், சில வேளை வெறுங் கைகளும் அம்புக் காயங்களுமாக வந்து சேருவார்கள். நீயாங்கீ கரையிலிருந்த பெரிய மரத்தின் பொந்தில் அப்பன் ஒரு கண்ணாடிச் சில்லு வைத்திருந்தான். அந்தச் சில்லுக்குள்ளே அப்பனைப் போலவே ஓர் ஆள் உண்டு. வேட்டை நல்லபடியாக வாய்த்தால் அப்பன் மரப்பொந்திலிருந்து அந்தச் சில்லை வெளியே எடுத்து மரக்கிளையில் தொங்கவிட்டு அதற்கு எதிரே நின்றுகொண்டு சாப்பிடுவான், சந்தோஷமாயிருப்பான். கால்களில் காயங்களும் தலையிலும் முதுகிலும் இரத்தமுமாக அப்பன் திரும்பி வந்தால் கண்ணாடி ஆளும் மூஞ்சியைச் சுளித்துக் கொண்டு வலி பொறுக்கமாட்டாமல் கூக்குரலிடுவான், துக்கமாயிருப்பான். அவனைத் தண்டிக்கும் பொருட்டு அவன் மேலெல்லாம் சேற்றைப் பூசி, பொந்துக்குள்ளே உறங்கச் செய்து மேலே பாறாங்கல்லை வைத்துவிடுவார்கள். அடுத்த தடவை தொலை ஏரிக் கரையில் அப்பனுக்கு ஒரு பசுவோ, கோடரியோ, யானைத் தந்தமோ அல்லது மினுமினுக்கும் மஞ்சள் பொத்தானோ கிடைக்கும்படி உதவும் வரை அந்த ஆள் பொந்துக்குள்ளேயே

கிடக்க வேண்டியதுதான். மஞ்சள் பொத்தான் கிடைத்தால் எல்லாவற்றையும் விட நல்லது. அதைக் கொடுத்து இரண்டு பசுக்களும், ஒரு தோணியும், தண்ணீர் மொள்ளுவதற்கும் காய்ச்சு வதற்கும் உதவும் மிக மிக நல்ல தகரக் குவளையும் மாற்றாகப் பெறலாமே.

அவன் இன்னமும் சின்னவன், சோனி. பெரியவர்களைப் போல அவன் தோல் இன்னும் கன்னங்கரேல் என்று பளபளக்க வில்லை. அப்படி குடிசையிலோ அக்கம் பக்கத்துக் குடிசை களிலோ ஏதாவது திருடித் தின்ன முடியாத நாட்களிலே என்ன காரணத்தாலோ அவன் சூனாவயிறு பொருமிக்கொண்டு கனக்கும். ஆகவே பெரியவர்கள் கூடத் தின்னாத கழிவுப் பண்டங்களைச் சர்வ சாதாரணமாகத் தின்பான். கெட்ட நாட்களிலோ, புதரில் எறியப்பட்டிருக்கும் எலும்புகளையும் பழத் தோல், கொட்டை முதலியவைகளையும் தின்றே திருப்தி அடை வான். அவன் பற்கள் எந்தப் பண்டமானாலும் அனாயாசமாகக் கடித்து நொறுக்கிவிடும். அவன் வயிறு ஜீரணிக்க முடியாதது எதுவுமில்லை. ஒரேயடியாக அடர்ந்து முள் செறிந்த புதர் களுக்கிடையே கூட நுழைந்து சென்றுவிடுவான்; ஆற்றில் வெகுதூரம் நீந்துவான்; துரத்துபவர்களிடமிருந்து தப்பும் பொருட்டுத் தண்ணீரில் மூழ்கி மறைந்துகொள்வான். மிக மிக மிரளும் பசுவின் அருகேகூட மெல்ல ஊர்ந்துபோய் அதன் பாலை உறிஞ்சிக் குடித்து விடுவான். அம்மா கையை வெடுக்கென்று கடித்தானானால் சந்திரன் இரண்டு தடவை முழுமையாக நிறைந்து, இரண்டு தரம் வானத்திலிருந்து மறையும் வரை அந்த ஆழ்ந்த புண் ஆறாது.

ஒரு முறை பச்சைக் கைக்குட்டை ஒன்றைத் திருடும் அதிர்ஷ்டம் அவனுக்கு வாய்த்தது. பெரியவர்கள் செய்வது போலவே அதை இடுப்பைச் சுற்றிக் கட்டிக்கொண்டான்; அம்மணமாயிருந்த சிறுவர் கூட்டம் ஒரே பொறாமையும் வியப்புமாகப் பார்க்க, இரண்டு நாள் பெரிய தளுக்குப் பண்ணி னான். அப்புறம் பெரியவர்கள் அவனிடமிருந்து கைக் குட்டையைப் பிடுங்கிக்கொண்டு விடவே, தன் வயதினரான மற்றவர்களைப் போலவே அவனும் முண்டக் கட்டையாகி விட்டான்.

பெரும்பாலான நேரத்தைச் சிறுவர்கள் ஆற்றின் கரையிலேயே கழிப்பார்கள். கழிகளும் கைகளுமாய்த் தண்ணீர் ஓரமாக உட்கார்ந்து, பெரிய மீன் ஏதாவது கரை அருகே வராதா என்று காத்திருப்பார்கள். மீன் கரையை நெருங்கிற்றோ இல்லையோ, கழிகளால் மடார் மடார் என்று அதன்மேல் அடிப்பார்கள். பெருமழை பெய்து ஓய்ந்து, ஆற்றங்கரை மணல் மெத்தென்று இறுகிய பின்பு, ஆற்றுப் பெருக்கை ஒட்டினாற் போல நடந்து அருவிக் கரை வரை போவார்கள். முன்னொரு காலத்தில் அந்த இடத்தில் உடைந்த படகையும் அதிலே ஒரு வெள்ளைக்காரியையும் கண்ட பெரியவர்கள் அவளைப் பிடித்துத் தின்றுவிட்டார்களாம். அந்த மாதிரி விஷயங்கள் இப்போது நடப்பது அருமை. கிழவர்களுக்கு மட்டுமே இந்தச் சேதி நினைவிருந்தது, அதுவும் அரைகுறையாக. தங்கள் வாழ்க்கையில் எல்லாவற்றிலும் முக்கியமான நிகழ்ச்சி அது என்று அவர்கள் சொல்லுவார்கள்.

2

வெள்ளைக்காரர்களின் படகுகள் ஆற்றின் வழியே தொலை ஏரியை நோக்கிச் செல்வதை அவர்கள் காணலாயினர். இப்போது கொஞ்சகாலமாக இந்தப் படகுகள் அவர்களுடைய கரையோரமாக நிறுத்தப்பட்டன, வெள்ளைக்காரர்கள் அவற்றிலிருந்து இறங்கினார்கள். இது மிகமிக அடிக்கடி நிகழ ஆரம்பிக்கவே, கறுப்புக் குழந்தைகளுக்குப் பழக்கமாகிவிட்டது. அடக்கமுடியாத ஆவலால் தூண்டப்பட்டவர்களாய் அவர்கள் புதர்களுக்கு உள்ளிருந்து ஊர்ந்து வெளியே வந்து, வெள்ளையர்களை அருகாமையிலிருந்து பார்ப்பார்கள். வெள்ளைக்காரர்கள் எல்லாருமே தின்னத் தகுந்தவர்களாகத் தான் இருந்தார்கள், அவர்களைத் தின்ன மாத்திரம் முடிய வில்லை. அவர்களிடம் விந்தையான தடிகள் இருந்தன. அவற்றிலிருந்து பெருமுழக்கத்துடன் நெருப்பு வெளிப்பட்டது. அது வெளி வந்ததுமே காட்டு மிருகங்கள் இருந்த இடத்திலேயே நிலைத்து நின்றுவிடும், பறவைகள் வானத்திலிருந்து பொத்தென விழுந்துவிடும், குழந்தைகளும் தரையில் கிடந்து கதற வேண்டி வரும். வெள்ளைக்காரர்களில் பலர், கேட்கப் புதுமையாயிருந்த பேச்சுப் பேசினார்கள். ஆயினும் அவர்கள் சொல்லுவதைப் புரிந்துகொள்ள முடிந்தது. யானைத் தந்தங்களோ, நெருப்புக்கோழி இறகுகளோ, பாம்புத் தோல்களோ, எது அவர்களுக்குப் பிடித்ததோ அதை அவர்கள் கேட்டார்கள், எடுத்துக்கொண் டார்கள். அவற்றுக்கு மாற்றாக வர்ணக் கைக்குட்டைகளும், பொத்தான்களும், வேறு பல பளபளப்பான அழகிய பொருள்களும் தந்தார்கள்.

வெள்ளைக்காரர்கள் மேலும் மேலும் அதிக எண்ணிக் கையில் வரத் தலைப்பட்டார்கள். நியாங்கீ ஆற்றின் கரையில் எங்கேயோ அவர்கள் குடியிருப்பு அமைத்துக் கொண்டிருப்ப தாகவும், அதிலுள்ள வீடுகள் பிரம்மாண்டமானவைகள் என்றும், அவற்றின் முகடுகள் துத்தநாகக் கூரைகளால் வேயப்பட்டிருப்ப தாகவும், சுவர்களில் திறப்புக்கள் இருப்பதாகவும் தகவல் கிடைத்தது. தங்களது விந்தைப் படகுகளில் ஆற்றில் மேலும் கீழுமாகப் போய் வந்தார்கள் அவர்கள். அநேகமாக ஒவ்வொரு நாளும் கரைக்கு வருவதும், கறுப்பர்களின் குடிசைகளுக்குள் ஒவ்வொன்றாய் நுழைந்து நோட்டமிடுவதும், தங்களுக்குப் பிடித்தமானதும், கறுப்பர்களால் தாமாகவே விரும்பிக் கொடுக்கப் படாததுமான எந்தப் பொருள் கண்ணில் பட்டாலும் வலுக் கட்டாயமாகப் பிடுங்கிக்கொள்வதும் அவர்களுக்கு வழக்கமாகி விட்டன. கடைசியில் அவர்கள் ஒவ்வொரு குடிசைக்கும் இவ்வளவு வரி என்று விதித்தார்கள். வரி கொடுக்காதவனை மரத்தோடு சேர்த்துக் கட்டிச் சவுக்குகளால் அடித்தார்கள். எதிர்ப் பதற்கு முயன்றவர்களோ, வெள்ளைக்காரர்களிடமிருந்த பயங் கரமான தடிகளின் காரணமாக, பட்சிகளையும் விலங்குகளையும் போலவே தரையில் தடாலென்று விழுந்தவர்கள் அப்புறம் எழுந்திருக்கவே இல்லை. எல்லோரிலும் மிக இளமையும் வலிமையும் வாய்ந்த கறுப்பர்களாகப் பொறுக்கி வெள்ளையர்கள் தங்கள் குடியிருப்புக்கு அழைத்துப் போனார்கள். அங்கே படகுகளில் சரக்கு ஏற்றவும், வீடுகள் கட்டவும், முள்புதர்களை அகற்றித் தரையைச் சீர்படுத்தவும் அவர்களது உழைப்பைப் பயன்படுத்திக்கொண்டார்கள். கறுப்பர்களில் பலருக்கு, பழக்கமில்லாத இந்த நுகம் தாங்க முடியாது போகவே அவர்கள் ஆற்றின் அக்கரைக்குத் தப்பியோடி, முள் புதர்களுக்குள்ளே நெடுந்தூரம் புகுந்து ஒளிந்து கொண்டார்கள். அங்கேயோ தண்ணீரே கிடையாது. பிரம்மாண்டமான இராட்சத எறும்பு களின் வடிவில் சாவு தாண்டவமாடியது. வெள்ளையர்கள் இந்த இடத்திலும் அவர்களைத் தேடிப் பிடித்துவிட்டார்கள். பெண்களையும் குழந்தைகளையும் அங்கேயே செத்து மடிய விட்டுவிட்டு, ஆண்களைச் சங்கிலிகளால் பிணைத்துத் தங்கள் குடியிருப்புக்கு ஓட்டிச் சென்றார்கள்.

3

இதற்கிடையே அவன் கொஞ்சம் பெரியவனாக வளர்ந்து விட்டான். தொலை ஏரிக்குப் பெரியவர்களுடன் அவனும் போயிருக்க முடியும். ஆனால் இப்போது இந்த வேட்டைகள் தடை செய்யப்பட்டுவிட்டன. கறுப்பர்கள் ஒருவரும் தங்கள் உத்தரவில்லாமல் இருப்பிடத்தை விட்டு எங்கும் வெளியே போகக்கூடாது என்று வெள்ளைக்காரர்கள் சட்டமிட்டு அவர் களைக் கடுமையாகக் கண்காணித்து வந்தார்கள். சொன்னபடி கேளாதவர்களைச் சவுக்கால் அடித்தார்கள். கீழ்ப்படிவாகப் பணிவிடை செய்தவர்களுக்குக் கசப்பு நீர் பருகக் கொடுத்தார்கள். இது குடித்தவர்களை ஒரே மகிழ்ச்சியும் குதூகலமுமாக ஆக்கியது. அவனுக்கும் கசப்பு நீர் குடிக்கக் கொடுத்தார்கள். முதலில் அவனுக்கு இன்பமாயிருந்தது. அப்புறம் குமட்டிக் குமட்டி வாந்தியெடுத்தது; பொறுக்க முடியாமல் தலைவலித்தது. கொஞ்சம் உடம்பு நேரானதும் அவன் ஆற்றோரத்துப் பெரிய மரத்தருகே போய், கண்ணாடிச் சில்லில் வாழும் ஆள் கிடந்த பொந்துக்குள் சேற்றை அள்ளிப் போட்டான். அந்த ஆள் அவர்களுக்கு உதவி செய்வதை நிறுத்திவிட்டான் அல்லவா? அதற்காக.

மழை தொடங்குவதற்கு முன் வெள்ளைக்காரர்கள் ஒரு கிழவனை உடன் அழைத்து வந்தார்கள். அவன் முகமெல்லாம் வெண் இறகுகள் அடர்ந்திருந்தன. அவனிடம் சத்தமிடும் தடியில்லை. ஆரம்பத்தில் சவுக்குக் கூட இல்லை. அவன் திட்டுவதோ உதைப்பதோ கிடையாது. அவன் கழுத்தில் பளபளப்பான சங்கிலி தொங்கியது. சங்கிலியுடன் மஞ்சள்

நிறமான சின்னப் பொருள் ஒன்று பொருந்தியிருந்தது. ஒன்றின் குறுக்கே ஒன்றாக இணைக்கப்பட்ட இரண்டு குச்சிகளால் ஆனது அது. கிழவன் நன்றாகப் புரியும் பாஷையில், மிக அன்போடு பேசினான். சவுக்கடி தண்டனை பெற்றபின் கறுப்பர்கள் மரத்தி லிருந்து கட்டவிழ்க்கப்பட்டுக் கதறிக் கொண்டு தரையில் புரளும் போது, கிழவன் அவர்கள் அருகே வந்து ஈக்களையும் மற்ற ஊன் தின்னிப் பூச்சிகளையும் விரட்டுவான்; அவர்களது காயங் களில் மருந்து தடவுவான். அதைத் தடவியதுமே காயம் பட்டவர் களுக்கு அப்பாடா என்றிருக்கும். முழங்கும் தடிகளால் கொல்லப் பட்டவர்களை மணலில் புதைக்கும்படி அவன் உத்தரவிடுவான். தான் அருகாமையில் நின்று எது எதையோ பற்றி நெடுநேரம் பேசுவான். அவன் கண்கள் மேலே உற்றுப் பார்க்கும். கடைசியில் அவற்றில் நீர் நிறைந்து, முகத்து வெண் இறகுகள் மீது வழிந் தோடும். ஒரு தடவை சங்கிலியால் பிணைக்கப்பட்ட கறுப்பர்கள் கூட்டம் தொலை ஏரிப் பக்கமிருந்து ஓட்டிச் செல்லப்பட்டபோது, கிழவன் தெருவோரத்தில் இரண்டு கைகளையும் விரித்தவாறு நின்றுகொண்டு அவர்கள் விழுந்து விடாதபடி பார்த்துக் கொண்டான். கடைசிக் கைதி கடந்து செல்லும் வரை கிழவன் அப்படியே நின்றுகொண்டிருந்தான். ஆண்கள் கால்களில் அணிந்துகொள்வதற்கு மஞ்சள் காப்புகளும், பெண்பிள்ளை களுக்கு, நீலமும் கறுப்புமான துணிகளும் கொடுத்தான். பையன் களோடு சேர்ந்து மணலில் நிர்வாணமாகப் புரண்டு விளை யாடிய சின்னப் பெண்களுக்குக் கூட ஆளுக்கொரு துணி பரிசளித்தான். அவர்கள் அம்மணமாக வளைய வராதபடி கண்டிப்பாகத் திட்டப்படுத்தினான். நேரமெல்லாம் அவன் குழந்தைகள் நடுவிலேயே கழித்தான். தனது உடைகளிலே வைத்திருந்த விந்தையான எத்தனையோ பொருள்களைக் குழந்தைகளுக்குக் காட்டினான். மடக்கி விரிக்கும்படியான ஒரு பொருள் அவனிடம் இருந்தது. மிக மிக முரடான நாணலைக் கூட அதைக்கொண்டு ஒரு நொடியில் இரண்டு துண்டாக்கி விடலாம். மினுமினுக்கும் சின்னஞ்சிறு முள் இருந்தது. அதற்கு நீண்ட வால் உண்டு. இரண்டு துணித் துண்டுகளை அதனால் மளமளவென்று ஒன்றாக்கிவிடலாம். வெள்ளையான சில சிறிய மரக்குச்சிகள் இருந்தன. எதன் மீதாவது லேசாக உராய்ந்தாலும் போதும், அவற்றில் உண்மையான தீ பற்றி எரியும். இன்னும்

புதுமையானவையும் கவர்ச்சியுள்ளவையுமான எத்தனையோ பொருட்கள் அவனிடமிருந்தன. வெள்ளையர்கள் மட்டுமே வாழும் நாடுகளைப் பற்றியும், பெரிய குடியிருப்பில் உள்ளவற்றை விட உயரமான வீடுகள் நிறைந்த நகரங்களைப் பற்றியும் அவன் அவர்களுக்குக் கதைகதையாய்ச் சொல்லுவான். அந்த நாடுகள், நகரங்களிலே ஜனங்கள் நெருப்பு வண்டிகளிலும் நெருப்புப் படகுகளிலும் ஏறிப் போவார்களாம். குழந்தைகள் கலகலவென்று சிரிப்பார்கள்; அவனைச் சுற்றிக் குதித்தாடுவார்கள். அவனிடம் அவர்களுக்குப் பயமே கிடையாது. கொஞ்சங்கொஞ்சமாக அவர்கள் அவனிடம் ஒரேயடியாகப் பழகிப் போய்விட்டார்கள். "உளறுவாய்ச் சடையன்" என்று அவனுக்குப் பெயர் வைத்தார்கள்.

4

உளறுவாய்ச் சடையனிடம் பல அபூர்வப் பொருள்களுடன் கட்டுக் கட்டாக வர்ணக் காகிதங்களும் இருந்தன. அவற்றை அவன் அடிக்கடி நீண்ட நேரம் உற்றுப் பார்ப்பான். சில சமயங் களில் இந்த வர்ணக் காகிதங்களை நோக்கியவாறே பேசத் தொடங்குவான்; ஏதோ அவன் சொல்லுவதை அவை புரிந்து கொண்டு விடும்போல. சில வேளைகளில் வேண்டிய அளவு பேசி முடித்ததும் முழந்தாள் படியிட்டு அமர்ந்து, கைகளைக் குவித்து, உதடுகளை அசைத்தபடியே வானத்தை அண்ணாந்து பார்ப்பான், அங்கே பார்ப்பதற்கு ஏதோ இருப்பது போல. குழந்தைகளும் அவன் அருகே முழந்தாள் படியிட்டு உட்கார்ந்து அண்ணாந்து நோக்குவார்கள். வெறுமையான நீல வானில் ஒன்றுமில்லை என்று நிச்சயமானதும் ஒருவருக்கொருவர் கண்களால் ஜாடை செய்துவிட்டுச் சிரித்துக்கொண்டே எழுந்து உளறுவாய்ச் சடையனிடமிருந்து ஓடியே போய்விடுவார்கள். அவர்களுக்கு அவன் பெரிய வேடிக்கைக்காரனாகத் தென் பட்டான். இம்மாதிரிக் குறும்புகளுக்காக அவன் அவர்கள் மேல் கோபித்துக்கொள்ளுவான், சவுக்கடி கொடுப்பதாகப் பயமுறுத்து வான். ஆயினும் ஒரு முறை கூட அவன் அவர்களைச் சவுக்கால் அடிக்கவில்லை ஆதலால் அவர்கள் மறுபடியும் அவனிடம் வருவார்கள்.

உளறுவாய்ச் சடையனுக்கு வெள்ளைக்காரர்கள் பேசுவது போலவும் பேச வரும். குழந்தைகள் அவனிடமிருந்து நாளுக்கு ஒரு வார்த்தையாகக் கற்றுக்கொண்டார்கள். வெள்ளைக்காரர்கள் தங்களுக்குள் பேசிக்கொள்வதை அவர்கள் விரைவிலேயே

புரிந்துகொண்டார்கள். தன்னுடைய காகிதங்களிலுள்ள ஒவ்வொரு அடையாளமும் ஒவ்வொரு வித ஒலியைக் குறிக்கும் என்று உளறுவாய்ச் சடையன் பின்பு விளக்கினான். இந்த ஒலி களை அவன் ஒன்றன் பின் ஒன்றாக உச்சரித்ததும் ஒவ்வொரு முறையும் அவை வெள்ளையர் பேச்சின் ஏதாவது ஒரு சொல்லாக உருவாயின. இது மிகவும் வேடிக்கையாயிருந்தது, எனவே குழந்தைகள் மகிழ்வுடன் அவனிடமிருந்தது கற்றுக் கொண்டார்கள். வர்ணக் காகிதங்களுக்குக் குரல் இல்லை என்றாலும் அவற்றால் பேச முடியும் என்று இப்போது அவர்கள் அறிந்துகொண்டார்கள்.

இந்தக் காகிதங்கள் யாரோ ஒருவனைப் பற்றி உரையாடின. அந்த ஆள் வெள்ளையனுமல்ல, கறுப்பனுமல்ல, மனிதனோ, யானையோ அல்லது குரங்கோ அல்ல, என்றாலும் இவை எல்லாவற்றைக் காட்டிலும் வலிமை மிகுந்தவன். கண்ணாடிச் சில்லுக்குள் இருந்தவனையும்விடச் சக்தி மிக்கவன். மழைப்புயல் அடிக்கும்போது மேகங்களிலிருந்து விழுந்து, புதர்களுக்கு மேலே உயர்ந்து நிற்கும் பெரிய பெரிய மரங்களை மளக்கென்று முறித்து விடுமே நெருப்புப் பந்து, அதையும்விட அதிக பலமுள்ளவன். இவனுக்குப் பொல்லாத கோபம் – வெள்ளையர்கள் மேல் கொஞ்சந்தான், கறுப்பர்கள் மீதோ மிகக் கடுமையான கோபம். எல்லாப் பிராணிகளிலும் சக்திமிக்கது முதலை அல்லது பெரும் பாம்பு என்று கறுப்பர்கள் எண்ணுவதும், கண்ணாடியில் இருப் பவனுக்கு உணவு ஊட்டுவதோ அல்லது அவன்மேல் சேற்றைப் பூசுவதோ செய்வதுமே இந்தக் கோபத்துக்கு முக்கியக் காரணம். அவர்கள் வெள்ளைக்காரியைத் தின்றதற்குத் தண்டனையாக இவன் பெரிய நெருப்பு மூட்டியிருக்கிறான்; கறுப்பர்களை எல்லாம் அதிலே வாட்டி வதக்கி வேக வைப்பதற்கு ஆயத்தம் செய்து கொண்டிருக்கிறான். இவனுக்கு ஒரு மகனும் உண்டு. கெட்ட மனிதர்கள் அவனை மரத்திலே தூக்குப் போட்டு விட்டார்கள். ஆனாலும் அவன் உயிரோடு இருக்கிறான். அவன் தன் தகப்பனைவிடச் சின்னவன்; அதிகக் கருணையுள்ளவன். வெள்ளை மனிதர்கள் மேல் அவனுக்கு மிகுந்த அன்பு, கறுப்பர்கள் மேல் கொஞ்சம் போல. இந்த அன்பிற்குத் தகுதி பெறும் பொருட்டுக் கறுப்பர்கள் உளறுவாய்ச் சடையன் அணிந்

திருப்பது போன்ற பொருளைக் கழுத்தில் அணிந்து கொள்ள வேண்டும், தரையில் முழந்தாள் படியிட்டு அமர்ந்து, கைகளைக் குவித்துக்கொண்டு வானத்தை அண்ணாந்து, பார்க்கவேண்டும். இப்படியெல்லாம் இந்தக் காகிதங்கள் சொல்லின. குழந்தைகள் சந்தோஷமாக இவ்வாறே செய்தார்கள். நாளடைவில் அவர்களுக்கு இது வழக்கமாகிவிடவே அவர்கள் சிரிப்பதைக்கூட விட்டுவிட்டார்கள்.

5

எவனைப் பற்றி நாம் இந்தக் கதையைத் தொடங்கினோமோ அவன் இப்போது வெறும் அவன் ஆக இல்லை, பால் பெர்ன்ஹார்ட் ஆகிவிட்டான். உளறுவாய்ச் சடையன் அவன் தலையில் கொஞ்சம் தண்ணீரைக் கொட்டி அவனுக்கு இந்தப் பெயர் இட்டான். பிறந்த மேனியாய் வளையவர இப்போது அவனுக்குத் துணிவில்லை. அவனுக்குக் காற்சட்டையும் கோட்டும் மாட்டி, வெள்ளையர்களிடம் இருப்பதுபோலவே விளிம்பு அகன்ற தொப்பி அணியக் கொடுத்தார்கள். காற்சட்டை வேதனை உண்டாகும்படி கிச்சுக் கிச்சு மூட்டியது, நடைக்குத் தடையாயிருந்தது. அது அவனுக்குப் பழக்கமாக நீண்ட காலம் பிடித்தது. தொப்பியைப் பற்றித்தான் அவனுக்கு ஒரே பெருமை. மற்றக் குழந்தைகளிடம் பிரமாதமாகப் பீற்றிக் கொள்வான். உறங்குவது கூடத் தொப்பியும் தலையுமாகத்தான். கேட்பதை மிகமிக விரைவாக அவன் புரிந்துகொண்டபடியால் உளறுவாய்ச் சடையனுக்கு மற்றவர்களை விட அவனிடம் அதிகப் பிரியம். புத்தகம் என்பது என்ன என்று அவனுக்குத் தெரியும். வெள்ளையர்களுடைய மொழியில் படிக்கவும் அவர்களுடன் உரையாடவும் அவனால் முடியும். உளறுவாய்ச் சடையன் உளறு வாய்ச் சடையனே இல்லை, பெனிடிக்ட் பாதிரியார் என்பதை அவன் அறிந்து, எப்போதும் நினைவில் வைத்திருந்தான். புத்த கத்தில் சொல்லப்பட்ட மகா பெரியவனும் கோபக்காரனுமான ஆளே பெனிடிக்ட் பாதிரியாரை அவர்களிடம் அனுப்பி யிருந்தான் ஆதலாலும், தமது கிழ எஜமானனைப் போலவே பெனிடிக்ட் பாதிரியாரும் கோபமும் இரக்கமின்மையும் காட்ட முடியும் ஆதலாலும் அவர் கையை முத்தமிட வேண்டும்

என்பதையும் அவன் மறப்பதில்லை. பெனிடிக்ட் பாதிரியார் மட்டும் தாம் கிழ எஜமானனின் மகனைப் போலவே கருணை காட்டவும் பரிவாக நடந்துகொள்ளவும் முயல்வதாகச் சொல்வார். கிழ எஜமானன் பெயரும் அவன் மகன் பெயரும் இப்போது பால் பெர்ன்ஹார்டுக்குத் தெரியும். உலகம் எவ்வாறு படைக்கப்பட்டது என்பதையும் வெள்ளையன் உயர்ந்த களி மண்ணாலும் கறுப்பன் நியாங்கீச் சேற்றினாலும் வடிவாக்கப் பட்டார்கள் என்பதையும் அவன் அறிந்துகொண்டான். முழந்தாள் படியிடுவதும், கைகளைக் குவிப்பதும், வானத்தை அண்ணாந்து பார்ப்பதும், உதடுகளை அசைப்பதும் பெனிடிக்ட் பாதிரியாருக்கு உவப்பானவை என்று தெரிந்துகொண்டது முதல் அவன் காலையிலும் இரவிலும் மட்டுமின்றிப் பகலிலும் நடுநடுவே அப்படிச் செய்யலானான். பெனிடிக்ட் பாதிரியார் கண்ணில் பட வேண்டும் என்பதற்காக அவர் கடந்து செல்லும் இடமாகப் பார்த்துத்தான் அவன் பெரும்பாலும் இந்தச் சடங்கைச் செய்வது வழக்கம். ஆனால் பெனிடிக்ட் பாதிரியாரை மகிழ்விக்க வேண்டுமென்ற உற்சாகத்தில் ஒரு தடவை அவன் பெருத்த தவறு செய்துவிட்டான்.

பெனிடிக்ட் பாதிரியார் ஒரு வெள்ளை ராணுவ அதிகாரியை வழியனுப்புவதற்காக ஆற்றங்கரை வரை வந்தார். அதிகாரி படகிலே உட்கார்ந்துகொண்டு, படகை அக்கரை சேர்க்கும்படி நான்கு கறுப்பர்களுக்குக் கட்டளையிட்டான். அவனுக்குச் செலவு கொடுத்துவிட்டுத் திரும்பக் கரையேறிய பாதிரியார், ஒரு புதருக்குப் பின்னால் பால் பெர்ன்ஹார்ட் முழந்தாள் படியிட்டு அமர்ந்திருப்பதைக் கண்டார். அவன் கைகள் கூப்பியிருந்தன; கண்கள் வானை நோக்கியிருந்தன; உதடுகள் துடியாக அசைந்து கொண்டிருந்தன. பாதிரியாரின் சுருக்கம் விழுந்த முகத்தில் பேரின்பப் புன்னகை மிளிர்ந்தது. முழந்தாள் படியிட்டு கறுப்புப் பையனைக் கண்களிக்கப் பார்த்துக்கொண்டே சிறிது நேரம் நின்றார். கிறிஸ்தவ போதனை யின் விதைகள், எங்கேயோ எட்டாத் தொலைவிலிருக்கும் இந்த ஆப்பிரிக்கக் காட்டிலே கூடச் செழுமையாக முளைவிடு கின்றனவே, ஆகா, என்று மகிழ்ந்தார். பால் பெர்ன்ஹார்ட் அருகே சென்று, கம்பி கம்பியாய்ச் சுருண்ட அவனது கருமயிர்மேல் கையை வைத்தார்.

"சபாஷ் குழந்தாய், மெச்சினேன். அங்கேதான் வானத்தில், நட்சத்திரங்களுக்கும் அப்பால், கர்த்தார் உறைகிறார். நீ அவரைக் காணமாட்டாய்; எனினும் அவர் உன்னையும் எல்லோரையும் காண்கிறார். எதுவும், எவரும் அவர் கண்களுக்குத் தப்ப முடியாது" என்றார்.

பால் பெர்ன்ஹார்ட் தந்திரமாகக் கண்களை இடுக்கிக் கொண்டு, தலையை இன்னும் ஒரேயடியாக நிமிர்த்தினான்.

"என் கண்களுக்கு அவர் தெரிகிறாரே, பாதிரியார் ஐயா!" என்றான்.

எதிர்பாராத இந்தச் சொற்களைக் கேட்டுப் பாதிரியாருக்குக் கணநேரம் வாய் அடைத்துப்போய்விட்டது.

"இன்னமும் அவர் தெரிகிறாரா?" என்று கேட்டார்.

"ஆமாம். நீங்களும் அதோ, படகிலிருக்கும் அதிகாரியும் தெரிவது போலவே தெளிவாகத் தெரிகிறார்."

இந்தப் பச்சைப் பொய்யைக் கேட்டுப் பாதிரியாருக்குக் கோபம் பீறிட்டுப் பொங்கியது. இருந்தாலும் இந்தக் கறுப்புப் போக்கிரியை நன்கு சோதித்துப் பார்த்துவிடலாம் என்பதற்காகத் தம்மை கட்டுப்படுத்திக்கொண்டார்.

"யாரைப்போல் இருக்கிறார்?"

நன்றாகப் பார்த்துக்கொள்பவன் போல வானத்தை நிமிட நேரம் உற்று நோக்கினான் பால் பெர்ன்ஹார்ட்.

"உங்களைப் போலவே இருக்கிறார். அவர் தாடிதான் இன்னும் நீளம், ஒரே சல்லாரி பில்லாரியாய்க் கிடக்கிறது. இன்று காலை அதை வாரிவிட்டுக்கொள்ள மறந்துவிட்டார் போலிருக்கிறது."

"ஓகோ, அப்படியா? இப்போது என்ன செய்கிறார்?"

"புகை குடிக்கிறார்."

"புகை குடிக்கிறாரா?"

"ஆமாம். இத்தனாம் பெரிய சுங்கான். எங்கள் பானை அவ்வளவு பெரியது. அதைப் புகைக்கிறார். அதிலிருந்து அடிக்கிறது ஒரே நாற்றம். வெள்ளைக்காரச் சிப்பாய்கள் சுங்கான்

புகைக்கும்போது அடிப்பதைவிடக் கெட்ட நெடி. இவ்வளவு கொடிய துர்நாற்றம் உங்கள் மூக்கில் படவில்லையா என்ன?”

பெனிடிக்ட் பாதிரியாரின் விரல்கள் அவரையும் அறியாமல் கருஞ்சுருட்டை மயிர்களை இறுகப் பற்றின. ஆனால் அவர் இன்னும் தம்மைக் கட்டில் வைத்திருந்தபடியால் விரல்களைத் தளர்த்தினார். இந்த உதவாக்கரைக் கறுப்பனைக் கடைசிவரை சோதித்துப் பார்த்துவிட வேண்டும் என்பது அவருக்கு.

“ஆமாம், படுகிறது. அவர் இன்னும் என்ன செய்கிறார்?”

“இப்போதுதான் அவர் ஒரு வெள்ளைக்காரனுக்கு விட்டார் பாருங்கள் உதை, நேற்று எங்கள் அப்பன் விழுந்தானே, அதே போலக் குப்புற அடித்து விழுந்தான் அவன். அவர்தான் ரொம்ப பலசாலி ஆயிற்றே, வெள்ளைக்காரனால் அவரை ஒன்றும் பண்ணமுடியவில்லை.”

பெனிடிக்ட் பாதிரியாரின் பொறுமை தீர்ந்துபோய்விட்டது. இடதுகையால் பையன் கருஞ்சிண்டை லபக்கென்று பற்றினார், வலது கையால் பையிலிருந்து சாட்டையை உருவினார். அதில் சிறுசிறு முடிச்சுக்களிருந்தன. கறுப்புப் போக்கிரிப் பயலைச் சுளீர் சுளீரென்று விளாசிக்கொண்டே வசவும் திட்டுமாகப் பொழிந்து தள்ளினார். நியாயமான பெருங்கோபத்தால் தம்மை மீறிய நிலையிலிருந்தார் அல்லவா? அதனால்.

“ஏனடா, சபிக்கப்பட்ட நரகத்துக் குட்டிச் சாத்தான்! நீ ஒன்றையும் பார்க்கவுமில்லை; பார்க்கும் தகுதியும் உனக்கில்லை. புளுகுணிப் பயலே, சாத்தான் ஆட்டிவைக்கும் சனியே! உன் பீடை பிடித்த உடம்பைப் போலவே உன் ஆன்மாவும் கறுப்பேறிக் கிடக்கிறது. உன்னை மரத்திலே தலைகீழாகக் கட்டித் தொங்கவிட்டு, சதையெல்லாம் எலும்பிலிருந்து சிம்பு சிம்பாகப் பிய்ந்து விடும் வரை வெளுத்து விளார வேண்டும்; அப்புறம் எறும்புகள் அணு அணுவாய்க் கறவித் தின்னும்படி அங்கேயே விட்டுவிட வேண்டும்.”

உடம்பெல்லாம் வியர்த்து வடிய, களைப்பினால் மூச்சுத் திணறியபோதுதான் அவர் அடிப்பதை நிறுத்தினார். எய்த்து இளைத்துக் கொண்டு பொத்தென்று தரையில் உட்கார்ந்தார்; பால் பெர்ன்ஹார்டைத் தண்ணீர் கொண்டுவரச் சொன்னார்;

அதில் 'ரம்' கலந்து குடித்தார். கொஞ்சம் களைப்பாறி, விடாய் ஆற்றிக்கொண்ட பின் நிதானத்துக்கு வந்தார். பாவிப் பையனை முழந்தாள் படியிட்டு அமரச் சொல்லி, அவனைக் கண்டித்துப் பிரசங்கம் செய்தார்.

"சாக்கடைப் புழுவே, நீ கடவுளைப் பார்க்கவில்லை, உன்னால் பார்க்கவும் முடியாது. அவரைப் பார்த்ததாகச் சொல்லிக் கடவுளுக்குப் பெரும் பாவம் செய்துவிட்டாய். எனக்கும் நீ இழைத்த பாவம் பெரிது. நான் வயதானவன், நோயாளி. பார், என் உடம்பெல்லாம் எப்படி வேர்த்துக் கொட்டி யிருக்கிறது; கோபத்தினால் என் இதயம் எப்படிப் படபடக்கிறது என்று. நீ செய்த குற்றத்தினால்தான் நான் இவ்வளவு களைப் படையும்படி ஆயிற்று. அதனாலேயே ஆரோக்கியத்துக்குக் கேடு விளைத்துக் கொண்டேன். பத்தாயிரம் கறுப்புச் சைத்தான்களின் உயிர்களைவிட எவ்வளவோ விலை உயர்ந்ததாயிற்றே என் உடல் நலம்! நான் கொடுத்த சவுக்கடி உனக்குப் போதவே போதாது. இன்றைக்கு ராத்திரி இன்னும் கொடுப்பேன். நாளைக்கும் உரிப்பேன் உன் தோலை. நீ வழிக்கு வரும்வரை உனக்குச் சாத்துப்படி கொடுத்துக் கொண்டே இருப்பேன்."

இதே ரீதியில் நெடுநேரம் பேசிக்கொண்டே போனார் பாதிரியார். இனிமேல் என்ன சொன்னாலும் செய்வதாகப் பால் பெர்ன்ஹார்ட் வாக்குக் கொடுத்த பின்புதான் அவருடைய சொல்மழை ஒரு வகையாய் ஓய்ந்தது.

6

வழக்கமாக பெனிடிக்ட் பாதிரியார் மலைச் சரிவில் உட்கார்ந்து கொள்வார். குழந்தைகள் அவரைச் சூழ்ந்து உட்காருவார்கள். பால் பெர்ன்ஹார்ட் அவர் காலடியிலேயே அமர்ந்து கொள்வான்; மற்றவர்கள் காற்று வரும் பக்கத்தை விட்டு விலகி ஒதுக்குப் புறமாகவே உட்கார வேண்டும் – பெனிடிக்ட் பாதிரியாருக்கு அவர்களுடைய நாற்றத்தைப் பொறுக்க முடியாது என்பதனால். எல்லோரும் அவரவர் இடங்களில் அமர்ந்தபின், ஆசீர்வதிக்கும் பாவனையில் இரு கைகளையும் அவர்கள் தலைக்கு உயரே நீட்டியவாறு பாதிரியார் பேச ஆரம்பிப்பார்:

“அடக்கமுள்ளவர்கள் அருள் பெற்றவர்கள், ஏனெனில் உலகத்தை அவர்களே உரிமைப்பொருளாக ஆள்வார்கள். ஆமென். இங்கே உலகத்தை என்று சொன்னது நீங்கள் வாழ்ந்திருப்பதும், சொந்தம் பாராட்டுவதுமான நிலத்தை அல்ல. இந்த நிலமும், நீங்கள் எல்லோரும் லூஸிடியா வேந்தருக்குச் சொந்தம். அவரோ, கடவுளுக்கு அடுத்தபடியாக உலகிலே எல்லாரையும் விட மாட்சிமை தங்கிய அரசர். அவருடன் ஒப்பிடும்பொழுது உங்களுடைய இனத் தலைவர்களும், எங்களது சொந்த அதிகாரிகளும், நானுமே கூட, யானை முன் ஈக்கள் போல அற்பமானவர்கள். இங்கே கூடியிருக்கும் நீங்கள் எல்லோரும், பாவிகளான மற்றக் கறுப்பர்கள் அனைவருமோ, அவருடைய காலடித் துகள் தவிர வேறில்லை. அவருடைய புனிதத் திருப்பாதுகைகளால் நசுக்கப்படும் கௌரவம் எவனுக்கு வாய்க்கிறதோ, அவன் இறப்புடைய ஜீவர்களிலெல்லாம் தன்னை மிகுந்த பாக்கியசாலியாகக் கருதிக்கொள்ள வேண்டும். உங்களுக்கு

ஒழுங்கும் கீழ்ப்படிவும் கற்பிப்பதற்காக அவர்தம் படைவீரர்களை அனுப்பியிருக்கிறார். சைத்தானின் பிடியிலிருந்து உங்கள் ஆன்மாக்களை விடுவித்துக் கடைத்தேற்றும் பொருட்டும், கிறிஸ்தவர்களுக்கு மட்டுமே வாக்களிக்கப்பட்டுள்ளதான திரு நாட்டுக்கு உங்களை வழிகாட்டி அழைத்துச் செல்லவும் என்னை அனுப்பிவைத்திருக்கிறார். இவற்றால் நீங்கள் மகிழவடைய வேண்டும்.

"ஆனால் நீங்கள் என்ன செய்கிறீர்கள், நன்றிகெட்ட நாய்க் குட்டிகளா? உங்கள் பாவ ஆன்மாக்கள் கடைத்தேறும் பொருட்டுச் சுமக்க வேண்டியிருக்கும் பாரத்தைப் பற்றிக் குறைகூறி நீங்கள் முணுமுணுப்பது என் காதில் விழவில்லை என்று நினைக்கிறீர்களா? லூஸிடியாவின் இரண்டு படை வீரர்கள் சென்ற வாரம் கொலையுண்டு, காட்டுமிராண்டித் தனமாக அங்கபங்கம் செய்யப்பட்டுப் புதர்களில் கிடந்தார்கள். இதற்குத் தண்டனையாகச் சுட்டுத் தள்ளப்பட்ட இருநூறு கறுப்புக் கழிசடைப் பயல்களால் மாட்சிமை தங்கிய மன்னர் பிரானின் இரண்டு வீரர்கள் மாண்ட நஷ்டத்துக்கு எங்கேனும் ஈடு செய்ய முடியுமா? இஸ்ரவேல் மக்கள் தங்கள் காலத்திலே அமெலாக்கியர்களைப் பூண்டோடு அழித்தது போலவே உங்களையும் சுட்டும் வெட்டியும் அடியோடு நாசம் செய்திருக்க வேண்டும். நாங்களோ நீண்டகாலமாகச் சகிப்பும் கருணையும் காட்டிவருகிறோம். இருநூறு பேரை மட்டுமே சுட்டுத் தீர்த்துத் திருப்தி அடைந்து விட்டோம். அடுத்த தடவையோ ஆயிரம் பேர் கூடப் போதாது. உங்கள் குடிசைகளை எல்லாம் எரித்துச் சாம்பலாக்கி விடுவோம், உங்கள் குடியிருப்புக்களை எல்லாம் இருந்த சுவடே தெரியாமல் அழித்துவிடுவோம். இதை நினைவில் வைத்துக்கொண்டு பெரியவர்களிடம் சொல்லுங்கள்.

"கர்த்தரான ஆண்டவன் பெயராலும் மாட்சிமை தங்கிய லூஸிடியா மன்னர் பிரான் பெயராலும் நாங்கள் இங்கே இருக்கிறோம். இந்த நாடு தங்களுக்கே சொந்தம் என்று ப்ரூஸிடியர்கள் உரிமை கொண்டாடுகிறார்கள். ஆயினும் எக்காரணத்தைக் கொண்டும் எக்காலத்திலும் இதை விட்டுவிட மாட்டோம். உங்களில் பலர் மஞ்சள் மலையின் பக்கமாகத் திருட்டுத்தனமாய்ப் பார்ப்பது எனக்குத் தெரியாது என்று நினைக்

கிறீர்களா? ப்ருஸிடியக் கயவர்கள் எப்பொழுதுதா அந்தத் திசையிலிருந்து வரப்போகிறார்கள் என்று இவர்கள் எதிர்பார்த்துக்கொண்டிருக்கிறார்கள். நல்ல வேளையாக, என்னால் மதமாற்றம் செய்யப்பட்டவர்கள், எங்களுக்கு நம்பகமான கிறிஸ்தவ சகோதரர்கள் பலர் உங்களிடையே இருக்கிறார்கள். எங்களுக்கு எதிரே நீங்கள் செய்யும் இரகசியச் சூழ்ச்சிகளையெல்லாம் பற்றி அவர்கள் எங்களுக்குத் தகவல் கொடுத்து வருகிறார்கள். ஆண்டவன் அவர்களுக்கு அருள் நல்குவாராக! லூஸிடியா மன்னர் அவர்களது தொண்டுகளுக்கு உரிய பரிசு வழங்குவாராக!

"எல்லா மனிதர்களும் ஒருவரையொருவர் உடன்பிறந்தவர்களைப் போல் நேசிக்க வேண்டும் என்று நேற்று உங்களுக்குச் சொன்னேன் அல்லவா? அத்துடன் இன்னொரு விஷயமும் சேர்த்துச் சொல்ல மறந்துவிட்டேன். இப்போது சொல்லுகிறேன்: உலகம் முழுவதையுமே தாமே கவர்ந்துகொள்ள வேண்டுமென்று பேராசை பிடித்து அலையும் ப்ருஸிடியர்களை மனமார வெறுங்கள். குஷ்டரோகத்தையும் மற்ற வெந்துயர்களையும் விட அதிகமாக அவர்களைக் கண்டு அஞ்சுங்கள்! நல்லவர்கள், தீயவர்கள் எல்லோருக்கும் ஒரே மாதிரி ஒளி வீசுமாறு ஆண்டவன் தமது படைப்பான சூரியனுக்குக் கட்டளையிட்டிருக்கிறார். ஆயினும் ப்ருஸிடியாவை மட்டும் அவர் கனத்த மூடுபனியால் போர்த்து மூடியிருக்கிறார். கதிரவனின் கிரணங்களோ, உயிர்தரும் மழைத்துளிகளோ அந்தப் போர்வையை ஊடுருவிச் செல்ல முடியாது. ஒருவருக்கும் புரியாததும் ஒருவராலும் நன்கு கற்க முடியாததுமான ஒரு மொழியை ப்ருஸிடியர்களுக்கு அளித்ததன் மூலம் கர்த்தர் அவர்களைத் தண்டித்திருக்கிறார். ப்ருஸிடியர்களுக்கு மாட்டுக் கண்ணைப் போலப் பெரியதான ஒரே ஒரு கண்தான் உண்டு, அதுவும் நெற்றியின் நடுவிலே. ப்ருஸிடியன் தரையில் துப்பினால் அந்த எச்சிலிலிருந்து ஒரு பாம்பு நெளிந்து வரும். ப்ருஸிடியர்களிடம் எச்சரிக்கையாயிருங்கள்! அவர்களைப் பற்றி யாரேனும் கசமுசவென்று பேசிக் கொள்வது உங்கள் காதில் விழுந்தால் உடனே என்னிடம் வந்து தெரிவியுங்கள். ராஜத் துரோகிகளுக்கு உரிய தண்டனை அப்பொழுதுதான் கொடுக்க முடியும். இப்படி நீங்கள் செய்யா

அந்திரேய் ஊப்பித் ❖ 31

விட்டால் சுவர்க்க ராஜ்ஜியத்தில் வாழ்வதற்கு ஒரு நாளும் அருகர் ஆகமாட்டீர்கள்!"

இத்தகைய சொற்களாலும் இவை போன்ற இன்னும் பல வார்த்தைகளாலும் பெனிடிக்ட் பாதிரியார் மத நம்பிக்கை, புண்ணியம் இவற்றின் பாதையில் அவர்களுக்கு வழிகாட்டி நடத்திச் சென்றார். மதம் மாறியவர்கள் எல்லோரிலும் மிக மிகத் துடியானவன், மிக மிகக் கீழ்ப்படிதலுள்ளவன் பால் பெர்ன்ஹார்ட்தான். இதனால் பெனிடிக்ட் பாதிரியாருக்கு எல்லோரையும்விட அவன்மீது அன்பு. எப்போதும் அவனையே உதாரணமாக எடுத்துக்காட்டிவந்தார்.

7

கிறிஸ்தவ மதமும் பண்பாடும் கடற்கரையிலிருந்து தொலை ஏரி, மஞ்சள் மலை வரை நியாங்கீ பள்ளத்தாக்கு முழுவதிலும் மளமளவென்று பரவின. ஒரு காலத்தில் கறுப்பர்கள் வெள்ளைக்காரியைத் தின்ற அருவியின் கரை மீது ஒரு சிலுவையும் அதன் அருகே ஒரு கம்பமும் நாட்டப்பட்டன. ஞாயிறுதோறும் எவனாவது ஒரு கறுப்பனைப் பிடித்து வந்து இந்தக் கம்பத்தில் கட்டிச் சவுக்குகளால் அடிப்பார்கள். அவன் கூச்சலிடுவதும் நெளிந்து துடிப்பதும் ஒரேயடியாக ஓய்ந்து போகும்வரை அடித்துக்கொண்டேயிருப்பார்கள். இந்தக் கொடூர தண்டனையைக் காணும் பொருட்டு வழக்கமாகக் கட்டாயப் படுத்தி ஓட்டி வரப்படுபவர்களுக்காக பெனிடிக்ட் பாதிரியார் நீண்ட உபந்நியாசம் செய்து மனித ஊன் தின்பது எத்தகைய கொடிய பாவம் என்பதை விளக்குவார்.

பெண்களைக் கடத்திச் செல்லும் சுமார் இருபது கறுப்புத் திருடர்களை வெள்ளையர்கள் பிடித்தார்கள். ஏறக்குறைய நூறு திருடர்களை ஏரியில் மூழ்கடித்தார்கள். இதன் பின் தொலை ஏரிக்குக் கொள்ளை அடிக்கப் போகும் வழக்கத்தைக் கறுப்பர்கள் விட்டுவிட்டார்கள். தனியார் சொத்து புனிதமானது, ஆக்கிரமிக்கத் தகாதது என்பதன் பொருளைத் தம்மால் மதம் மாற்றப்பட்டவர் களுக்கு ரோமச் சட்டத்தின் அடிப்படையில் மனதில் பதிய வைத்தார் பெனிடிக்ட் பாதிரியார். நியாங்கீ பள்ளத்தாக்கின் மேட்டுப் பகுதிகளிலிருந்த தங்கவயல்கள், மஞ்சள் மலை அடிவாரத்து ஈயச் சுரங்கங்கள், காப்பித் தோட்டங்கள், பருத்தி விளைகள் ஆகியவற்றில் பாடுபட்டும், துறைமுகங்களில்

படகுகளிலும் கப்பல்களிலும் சரக்கு ஏற்றி இறக்கியும், நிர்மாண ஸ்தலங்களில் வேலை செய்தும் கறுப்பர்கள் சலியா ஊக்கத்துடன் உழைத்தார்கள். உழைப்பின் பெருமையையும், லூஸிடியாவின் வர்த்தகமும் தொழிலும் வளர்ச்சி பெறுவதன் சிறப்பையும் கறுப்பர்கள் உணரும்படி செய்யும் பொருட்டு பெனிடிக்ட் பாதிரியார் தமது சொல்லாற்றல் முழுவதையும் தங்கு தடையின்றிப் பயன்படுத்தினார். இப்போது கறுப்பர்களில் ஆண்களெல்லாம் சுற்றித் துணி உடுத்தார்கள். தமது இடைவிடாத உபதேசப் பிரசங்கங்கள் மூலம் கறுப்பர்கள் வெட்கம் என்பதன் பொருளை அறிந்துகொள்ளும்படியும் நாணத்துக்கும் நாணமின்மைக்கும் உள்ள வேறுபாட்டைத் தெரிந்துகொள்ளும்படியும் பயிற்சி அளிப்பதில் பெனிடிக்ட் பாதிரியார் வெற்றி பெற்றுவிட்டார். நியாங்கீயின் உயர்ந்த கரையில் செபவீடு ஒன்று கட்டப்பட்டது. கிறிஸ்தவர்களாக மதம் மாறிய கறுப்பர்கள் ஞாயிற்றுக்கிழமை தோறும் அங்கு வந்து கூடிப் பிரார்த்தனை செய்து பாவ மன்னிப்புக் கோருவார்கள். லூஸிடியா அரசரும் பெர்கோனியா அரசரும் கறுப்பர்களை எல்லாம் ஆள்பவருமான மாட்சிமை தங்கிய மன்னர் பிரானுக்கு அருள்புரியுமாறும் அவர்கள் கர்த்தரை வேண்டிக்கொள்வார்கள். லூஸிடியா மீதும் தங்கள் எஜமானர்கள், ஆள்பவர்கள் மீதும் அவர்கள் ஆழ்ந்த அன்பு கொள்ளுமாறு பெனிடிக்ட் பாதிரியார் பாடுபட்டார். சவுக்கால் அடிப்பதைவிட அதிகமாக அன்பொழுக வாதாடினார், கண்டிப்பைவிட அதிகமாகக் கிறிஸ்தவ நேயப்பான்மை ததும்பும் மனப்பூர்வமான பிரசங்கங்களைக் கையாண்டார். ஆப்பிரிக்கக் காட்டிற்கு உள்ளே, பணிவுள்ள கறுப்பர்களின் கூட்டம் கர்த்தரையும் லூஸிடியாவையும் புகழ்ந்து தோத்திரப் பாடல்கள் பாடுவதைக் கேட்கும்போது அவருக்கு உண்மையாகவே உளநெகிழ்ச்சி உண்டாயிற்று.

கிறிஸ்தவப் பண்பாடு இவ்வாறு வளர்வதை ப்ரூஸிடியர்களின் சூழ்ச்சிகள் மேலும் மேலும் தடைசெய்து வந்தன. ஊர் ஊராகக் கறுப்பர்கள் தங்கள் குடிசைகளை விட்டு விட்டு மஞ்சள் மலைக்கு அப்பால் ஓடிச் செல்வது நாளாக ஆக முன்னிலும் அடிக்கடி நிகழலாயிற்று. பிடிபட்டவர்களுக்குக் கடுமையான தண்டனை அளிக்கப்பட்டது. அவர்களில் குழந்தைகளும் கிழவிகளும் பிடிபட்ட இடத்திலேயே சுட்டுக் கொல்லப்

பட்டார்கள். அவர்களுடைய கால்நடைகளும் சொத்து முழுவதும் பறிமுதல் செய்யப்பட்டன. இளமையும் உடல் வலிமையும் வாய்ந்த கறுப்பர்கள் இரக்கமின்றிச் சவுக்கால் அடிக்கப்பட்டார்கள்; சங்கிலிகளால் பிணைக்கப்பட்டு வெள்ளையர் குடியிருப்பி லிருந்த பாசறைகளுக்கு அனுப்பப்பட்டார்கள். அவர்களைக் கட்டாயப்படுத்திக் கடுமையிலும் கடுமையான வேலை வாங்கப்பட்டது. இந்த நடவடிக்கைகள் எல்லாம் எடுக்கப்பட்டுங் கூட அவர்கள் தப்பி ஓடுவதும் கலகஞ் செய்வதும் மட்டும் நிற்கவில்லை. பகல் நேரத்தில் பெனிடிக்ட் பாதிரியார் கிறிஸ்தவப் போதனைகளை விதைத்துச் சென்ற இடங்களில் இரவு நேரத்தில் சைத்தான் நடமாடிக் களைகள் நட்டுப்போனான். ஒருமுறை பகிரங்கக் கலகமே நிகழ்ந்தது. கறும் பிசாசுகள் மாட்சிமை தங்கிய மன்னர் பிரானின் வீரர்களைத் தாக்கி னார்கள். இரண்டிரண்டு அல்லது மூன்று மூன்று பேராகத் தம்மை எதிர்த்த படைவீரர்களை எல்லாம் ஆடுமாடுகளை வெட்டுவது போல் செத்தி எறிந்துவிட்டார்கள். தங்கவயல் மேற் பார்வையாளர்களைக் கத்திகளால் குத்தினார்கள்; இயந்திரங் களைத் தகர்த்து நொறுக்கினார்கள்; கட்டிடங்களுக்குத் தீ வைத் தார்கள்; பட்டத்து இளவரசனுக்குத் திருமணப் பரிசாக அனுப்பப் பட்ட யானைத் தந்தங்களும் வேறு பல விலையுயர்ந்த பொருள் களும் ஏற்றிச் சென்ற கப்பலை நியாங்கீ ஆற்றிலே மூழ்கடித் தார்கள். லூஸிடியாவின் அரசாங்கப் பொக்கிஷத்துக்கு ஒரு கோடி நஷ்டம் விளைத்தார்கள்.

புதிய படைகளும் ஆயுதங்களும் ஏற்றிக்கொண்டு மூன்று துருப்புக் கப்பல்கள் தாய்நாட்டிலிருந்து வந்து சேர்ந்த பின்பே நியாய நிர்வாகத்தையும் ஒழுங்கையும் மீண்டும் நிலைநாட்ட முடிந்தது. ஐரோப்பியப் பண்பாடு எத்தகையது, அதைப் பரப்பு வோர் எத்தகையவர்கள் என்பதை அப்பொழுதுதான் கறுப்பர்கள் நன்றாக உணர்ந்தார்கள். நெருப்பும் வாளும் மூன்றிலொரு பங்கு கறுப்பர்களைப் பூண்டோடு களைந்து ஒழித்துவிட்டன. நியாங்கீ ஆற்றின் மஞ்சள் நீர் இடை விட்டுவிட்டுச் செக்கச் செவேரென்று ஒளிர்ந்தது. நீரில் ஊறிய உப்பிய பிணங்கள், ஆற்றுப் பரப்பு முழுவதையும் மூடியவாறு தொலை ஏரியை நோக்கி மிதந்து சென்றன. அளவு மீறி இரையெடுத்த அண்டங் காக்கைகளும் மற்ற ஊன் தின்னிப் பறவைகளும் முள்மரக் கிளைகளில் சோம்

பலுடன் ஊசலாடின. இரத்தம் படிந்த முகத்தினவான சிங்கங்களும் கழுதைப் புலிகளும் உயிருள்ள மனிதர்களைக் கடந்து அலட்சியமாக ஆடி அசைந்து சென்றன. மனிதர்களை அவை ஏறெடுத்தும் பார்க்கவில்லை. மரங்களில் தலைகீழாகக் கட்டித் தொங்கவிடப்பட்டு, எறும்புப் புற்றுகள் மீது கிடந்து துடிதுடித்த கறுப்பர்களின் கூக்குரல்கள் இரவு நேரத்தில் விலங்குகளின் பெருமுழக்கங்களையும் அமிழ்த்திக் கொண்டு மேலெழுந் தொலித்தன. எத்தனையோ நெருப்புக்களின் பிரகாசத்தால் வானம் இரவெல்லாம் செவ்வொளி படர்ந்து கிடந்தது.

பால் பெர்ன்ஹார்டின் அம்மாவை வெள்ளையர்கள் துப்பாக்கிச் சனியனால் உடலை ஊடுருவக் குத்தி ஆற்றில் கடாசி விட்டார்கள். தாடிக் கார்ப்போரல் ஒருவன் பால் பெர்ன்ஹார்டின் தம்பியுடைய கால்களைப் பற்றிப் பாறையில் மோதியடித்ததில் குழந்தையின் மண்டை சில்லு சில்லாகச் சிதறிப்போயிற்று. எறும்புப் புற்றின் மேல் கிடந்து துடித்துக் கதறியவர்களில் அவன் தகப்பனும் ஒருவன். பால் பெர்ன்ஹார்டுக்கும் இதே கதி நேர்ந்திருக்கும். பெனிடிக்ட் பாதிரியார்தான் அவனைக் காப்பாற்றித் தன்னுடன் வெள்ளையர் குடியிருப்புக்கு இட்டுச் சென்றார். அந்த நன்றிகெட்ட பயலோ, தாயிடமிருந்து பிரிக்கப்பட்ட சிங்கக்குட்டி போல அவரோடு போராடினான்; அவரைக் கடித்தான்; பறண்டினான். பெனிடிக்ட் பாதிரியார் கடுமையான ஒழுங்கு நடவடிக்கைகள் எடுப்பது அவசியமாயிற்று. இவற்றின் விளைவாக அடுத்த மூன்று நாட்களுக்குப் பால் பெர்ன்ஹார்ட் காவல் அறையின் மூலையில் எழுந்திருக்க முடியாமல் கிடக்க நேர்ந்தது.

உடம்பு நேரானதும் படைத்தலைவரின் வீட்டில் பணியாளாக அவன் அமர்த்தப்பட்டான். பூட்சுகளைப் பாலிஷ் செய்வது, மலச் சட்டிகளைத் துப்புரவு செய்து கழுவி வைப்பது, தூங்கும் அறைகளிலிருந்து பல்லிகளை விரட்டுவது, குடி விருந்துகளின் போது நிலவறையிலிருந்து சாராய வகைகள் கொண்டு தருவது, போதையேறிய ராணுவ அதிகாரிகள் தன்னுடைய கறுப்புத் தோலைக் கிள்ளும்போதும், புதிய சவுக்குகளைத் தனது முதுகில் பரீட்சித்துப் பார்க்கும் போதும் சிலை போல அசையாமல் நிற்பது, இவையே அவன் செய்ய வேண்டியிருந்த வேலைகள்.

பெனிடிக்ட் பாதிரியர் 'ரம்' கலந்த நீர் தவிர வேறு எதுவும் பருகுவதில்லையாதலால் எப்போதும் நிதானத்துடன் இருப்பார். கிள்ளல்கள், சவுக்கடிகள் நடக்கும் சந்தர்ப்பங்களில் அவர் அவனைத் தேற்றி உபதேசம் செய்வார்:

"பொறுமையும் மௌனமும் கடைப்பிடிப்பாயாக, மகனே. அரசின் ஆட்சி கர்த்தராலேயே விதிக்கப்பட்டது. எனவே அதற்குப் பணிந்து கீழ்ப்படிவது நம் கடமையாகும். கருணை யுள்ளவர்கள், கடுமையானவர்கள், இரண்டு வகையான எஜமானர்களுக்கும் ஒரே மாதிரியாக நாம் தலைவணங்க வேண்டும். எதற்காக முகத்தை இப்படி உர்ரென்று வைத்துக் கொள்கிறாய், கண்களை ஏன் இப்படி விகாரமாக உருட்டி விழிக் கிறாய்? இப்போது நீ படும் துன்பங்களெல்லாம் நிலையற்றவை. உனது தேகம் மரித்த பின்பு, புண்ணியசாலிகள் எல்லோருடனும் சேர்ந்து நீ நேரே சுவர்க்கம் செல்வாய். அங்கே உனது ஆன்மா அனுபவிக்கப் போகிற பேரின்பத்துடன் ஒப்பிடும் போது இந்தத் துயரங்களெல்லாம் எம்மாத்திரம்! மகிழ்வடைவாயாக, என் மகனே! உன்னை மிதித்துத் துவைக்கும் பாதங்களை முத்த மிடுவாயாக!" என்பார்.

இந்தப் போதனையையும் பால் பெர்ன்ஹார்ட் கற்றுத் தேர்ந்துவிட்டான். தாடிக் கார்ப்போரலால் பாறையில் தலை மோதிச் சிதறும்படி காலை வாரி அடிக்கப்பட்ட தம்பி, வெள்ளை யர்கள் துப்பாக்கிச் சனியனால் உடலை உடலை ஊருவக் குத்தி ஆற்றில் கடாசிவிட்ட தாயார், எறும்புப் புற்றுக்கு மேல் ஏழு பகலும் ஏழு இரவும் தலைகீழாகத் தொங்கி, முடிவில் ஒரு துணுக்கு மாமிசம் கூட மீதமின்றி வெள்ளை வெளேரென்றாகி விட்ட எலும்புக்கூடாக மரத்தில் கட்டுண்டு ஊசலாடிய தகப்பன், எல்லோரையும் அவன் நாளடைவில் மறந்தேபோனான். நடந்தவற்றை நினைத்துப் பார்க்க அவனுக்கு நேரம் ஏது? அவன் கணப்போதும் வேலையின்றி வெறுமனே இராதவாறு அவனது ஆறு மேலதிகாரிகளும் பார்த்துக்கொண்டார்கள். சமையல்காரர் களும், குசினிக்காரப் பையன்களும் போர்வீரர்களும் அவன் வனுக்கு, எங்கு, எப்போது தேவைப்பட்டதோ அனுப்பி இஷ்டப் படி அவனை வேலை வாங்கினார்கள். எல்லோரையும் திருப்திப்படுத்தவும் எல்லோருக்கும் தொண்டு செய்யவும் அவன்

தன்னால் ஆனவரை முயன்றான். வெள்ளையர்கள் குடித்து வெறியடைந்ததையும், சீட்டாடியதையும், பிடிபட்ட கறுப்புப் பெண்களுடன் நடந்துகொண்டதையும், போதையினால் உணர்விழந்து தங்கள் மலத்திலேயே புரண்டதையும் அவன் கண்டான். அவர்கள் உண்ட மிச்சத்தைத் தட்டுகளிலிருந்து இரகசியமாகப் பொறுக்கித் தின்பதும், கிளாசுகளில் எஞ்சியிருக்கும் மதுவைப் பருகுவதும், சுருட்டுத் துண்டுகளைப் புகைப்பதும் அவனுக்கு வழக்கமாகிவிட்டன. இது முற்றிலும் புதுமையான உலகம். இதிலே தனக்குப் புலப்பட்ட காட்சிகளை, ஆற்றில் எறியப்பட்ட உலர்ந்த கடற்பஞ்சு நீரை உறிஞ்சி நிறைத்துக் கொள்வது போல அவன் தன் மனத்தில் நிறைத்துக்கொண்டான்.

8

நாள் ஆக ஆக அவன்மீது பெனிடிக்ட் பாதிரியாருக்கு அன்பு மிகுந்துகொண்டு போயிற்று. இந்த அன்பே அவனுக்கு வினையாக முடிந்தது.

“ஆயத்தமாகு, மகனே, நாளையே நாம் வெளியே போகிறோம்” என்று திடீரென ஒருநாள் பெனிடிக்ட் பாதிரியார் அவனிடம் கூறினார்.

பால் பெர்ன்ஹார்டுக்கு இது சற்றும் எதிர்பாராத அதிர்ச்சி. இரவுதோறும் அவனைச் சங்கிலியால் கட்டிப்போடுவதை நிறுத்தி, தலைமைச் சமையல்காரனின் அறைக் கதவின் பக்கம் தரையில் படுத்து உறங்குவதற்கு என்று அவனுக்கு அனுமதி அளித்தார் களோ அன்று முதல் சொல்வதைக் காதில் வாங்கிக்கொள்வதும் கேள்விகளுக்குப் பதிலளிப்பதும் மட்டுமின்றி, தானே கேள்விகள் கேட்பதற்கும் அவனுக்குச் சலுகை தரப்பட்டிருந்தது. ஆகவே, “எங்கே போகிறோம், பாதிரியார் ஐயா?” என்று கேட்டான்.

“மிக மிகத் தூரமான இடத்துக்கு, மகனே. முதலில் கடற் கரைக்கு, அப்புறம் கப்பலில் ஏறிப் பெரிய நகரம் ஒன்றுக்கு. அங்கே இருக்கும் வீடுகளிலே, மக்கள் ஒருவர் தலைக்கு மேல் ஒருவராக ஆறு அடுக்குகளிலே வாழ்கிறார்கள். மாதாகோயில் களின் கூம்பு கோபுரங்களோ, இதோ, இந்த மரங்களில் இருபதை ஒன்றன் மேல் ஒன்றாக நிறுத்தினால் எவ்வளவு உயரம் இருக்குமோ அவ்வளவு உயரமானவை, வருஷம் முந்நூற்றறுபத் தைந்து நாளும் அங்குள்ளவர்கள் பூட்சு போட்டுக்கொண்டு தான் நடப்பார்கள். இங்கே கடுங்கோடையாயிருக்கும் போது அங்கே

தெருக்களிலும் வீட்டுக் கூரைகள் மேலும் வெண்பனி மொத்தையாகப் படிந்திருக்கும். நீ போதிய அளவு பயிற்சி பெற்றுவிட்டாய். கர்த்தரின் பெயராலும், திருச்சபையின் புனிதக் கைங்கரியத்தின் பெயராலும் உன்னை இந்தக் காட்டுமிராண்டிச் சூழலிலிருந்து ஒரேயடியாக அகற்றி, அசலான கிறிஸ்தவப் பண்பாட்டில் பழக்க விரும்புகிறேன். இப்போது நீ முள்ளாலும் கத்தியாலும் நேர்த்தியாக உணவருந்துகிறாய்; லூஸிடியர்களின் அழகிய மொழியைப் பேசவும் எழுதவும் செய்கிறாய்; பெருக்கல் வாய்ப்பாடு, கர்த்தருடைய செபம், பத்துக் கட்டளைகள் ஆகியவற்றை மனப்பாடம் பண்ணிவிட்டாய். மற்றவர்களின் மனைவிகளையும் பசுக்களையும் திருடுவது, பாம்புகளையும் வெள்ளைக்காரர்களையும் உணவாக உபயோகிப்பது போன்ற அஞ்ஞானிகளின் அருவருக்கத் தக்க வழக்கங்களை நீ அடியோடு மறந்துவிடுவாய். கைக்குட்டையில் மூக்கைச் சிந்தவும், பூட்சுகள் போட்டுக் கொள்ளவும், கஞ்சி போட்ட சட்டைகள் அணியவும் கற்றுக் கொள்வாய். சுருக்கமாய்ச் சொல்வதானால், கிறிஸ்தவர் களின் பழக்கவழக்கங்களில் நீ ஊறிப்போவாய். குப்பை மேட்டில் கண்டெடுத்த சாதாரணக் கண்ணாடிச் சில்லு ஒன்றை உன் தகப்பன் கடவுளாகக் கருதி வழிபட்டதையும், மற்ற உனது இனத்தவர்கள் தாமே செய்த உருவங்களையோ ஏதேனும் அழுக்குப் பிராணியையோ தொழுததையும் அறவே மறந்து விடுவாய். இதை நீ விரும்புகிறாயா? நான் கற்பித்தவாறே ஒழுகுவதாக வாக்களிக்கிறாயா, மகனே?"

"விரும்புகிறேன்; வாக்களிக்கிறேன்" என விடையிறுத்தான் பால் பெர்ன்ஹார்ட்.

"அப்படியானால் நாளை பொழுது புலர்கையில் புறப்படத் தயாராயிரு. இந்த யாத்திரையில் கர்த்தர் உனக்கு அருள் பாலிப்பாராக."

வாக்களிக்கும்படி கேட்டதனால் பால் பெர்ன்ஹார்ட் வாக்களித்தானே தவிர உள்ளூற அவனுக்கு ஒரே ஏக்கம். இரவு முழுவதும் நியாங்கீ ஆற்றின் கரையில் முழங்கால்களைக் கட்டிக் கொண்டு உட்கார்ந்திருந்தான். விந்தையான விஷயம் என்னவென்றால் நியாங்கீ பள்ளத்தாக்கை முதன்முறையாக இப்பொழுதுதான் கண்ணெதிரே காண்பதுபோல அவனுக்குத்

தோன்றியது. ஒருபுறம் தொலை ஏரிக் காடுகள் நீல எழில் காட்டின. மற்றொரு புறம் மஞ்சள் மலையின் தங்க வெண் சிகரங்கள் தகதகத்தன. நியாங்கீக்கு அப்பால், கடல்வரை சாம்பல் நிற மூடுபனி அடர்த்தியாகப் பரவியிருந்தது. துப்பாக்கிச் சனியனால் ஒரு புறம் குத்தி மறுபுறம் வாங்கப்பட்ட அவன் தாயின் உடலை முன்னொரு நாள் ஆற்றுப் பெருக்கு அந்தப் பக்கமாகத் தான் அடித்துச்சென்றது. அப்பால், எங்கேயோ மிகத் தொலைவில் விளங்குகிறதாம் புதுமையான ஒரு நகரம். அதிலுள்ள ஜனங்கள், ஒருவர் தலைமேல் ஒருவராக ஆறு அடுக்குகளாய் நடக்கிறார்களாம், பூட்சுக் கால்களால் ஒருவரை ஒருவர் மிதித்துத் துவைக்கிறார்களாம். இந்த பூட்சுகளின் கூரிய ஆணிகள் தனது பிடர்த்தலையில் இப்போதே குத்துவது போலிருந்தது பால் பெர்ன்ஹார்டுக்கு. தான் இப்பொழுது அழவேண்டும் என்று அவனுக்குப்பட்டது, அழுவதற்குத்தான் அவன் இன்னும் கற்றுக் கொள்ளவில்லை. புதர்களில் கழுதைப்புலிகள் ஊளையிட்டன. அவற்றுடன் சேர்ந்து அவனும் தணிந்த குரலில் தேம்பினான். நெடுநேரம் வரை, பாராக்காரன் வந்து தன்னை முட்கம்பி வேலிக்குள் விரட்டும்வரை, அவன் தேம்பிக்கொண்டிருந்தான்.

கப்பலேறிய பின்பும் அவன் மனம் நீண்ட நேரம் நிலை கொள்ளாமல் தவித்தது. முறுக்குக் கம்பிச் சுருளின் பின்னே மறைந்துகொண்டு, முழங்கால்களைக் கட்டியவாறே உட்கார்ந்து, ஆப்பிரிக்காவின் மஞ்சள் கரை சிறிது சிறிதாகக் கடலில் மூழ்குவதைக் கண்கொட்டாது நோக்கினான். அவனால் எழுந்து நிற்க முடியவில்லை, தலை கிறுகிறுத்தது, கப்பலின் இடைவிடாத ஆட்டத்தினால் அவனுக்குக் குமட்டிக் குமட்டியெடுத்தது. பெனிடிக்ட் பாதிரியாருக்கோ, பால் பெர்ன்ஹார்ட் படும் வாதனையைப் பற்றி சிந்திக்கத்தானும் நேரமில்லை. வெள்ளைக் காரச் சீமாட்டிகளையும் சீமான்களையும் அவனிடம் அழைத்து வந்தார்; "பரமண்டலத்திலிருக்கும் எங்கள் பிதாவே" என்ற செபத்தையும் மற்றச் செபங்களையும் ஒப்பிக்கச் சொன்னார், ஏழு ஐந்து எத்தனை என்ற கேள்விக்கு விடை அளிக்கும்படி கட்டளையிட்டார். மாலையாகிக் கொஞ்சம் குளிர்ச்சி வந்ததும் துரைசானிகளும் துரைமாரும் கப்பல் மேல் தட்டில் போடப் பட்டிருந்த நாற்காலிகளில் ஒய்யாரமாகச் சாய்ந்துகொண்டு, விஸ்கியும் தண்ணீரும், ரம்மும், ஒயினும் பருகிக் களைப்பாறி

னார்கள். புத்துணர்ச்சி தரும் இந்தப் பானங்களை அருந்தியபின் அவர்களுடைய களிப்பும் குதூகலமும் உச்சத்தை எட்டியதுமே பால்பெர்ன்ஹார்ட், கறுப்பர்கள் பாடுவது போலப் பாடியும், ஆடுவது போல் ஆடியும் காட்ட வேண்டியதாயிற்று. சீமான்கள் சிரித்த சிரிப்பில் கண்களில் தளும்பிய நீர் கன்னங்களில் வழிந்தோடியது. சீமாட்டிகளோ, ஒரேயடியாகக் கூவியவாறு விரல்களால் காதுகளை இறுக்க அடைத்துக்கொண்டார்கள். பின்பு ஜாக்கிரதையாக அவனருகே வந்து மெல்லிய வெண் விரல்களால் அவன் கறுப்புத் தோலை வருடி, அதன் கருமை விரல்களில் ஒட்டிக்கொள்ளவில்லை என்று கண்டதும் ஓகோகோ என்று சிரித்து மகிழ்ந்து போனார்கள். ஆவலே வடிவாக மொய்த்த இந்தக் கூட்டத்தின் நடுநாயகமாக விளங்கினார் பெனிடிக்ட் பாதிரியார். அவர்கள் கேள்விகளுக்கு விடையளித்து விளக்கினார், உத்தரவுகள் இட்டார், எல்லோரது வியப்புக்கும் மதிப்புக்கும் பாத்திரராகத் திகழ்ந்தார்.

9

நீண்டகாலம் வரை பால் பெர்ன்ஹார்ட்டால் பெரிய நகரத்துக்குப் பழக்கமாக முடியவில்லை. ஒரே கூச்சலும் கும்மாள முமாக மசமசவென்ற நெரிந்த கூட்டத்தினிடையே அவனுக்குக் கண்ணைக் கட்டிக் காட்டில் விட்டது போலிருந்தது. பெனிடிக்ட் பாதிரியாரின் கையை உடும்புப் பிடியாகப் பற்றிக்கொண்டான். முதன்முறையாக டிராம் வண்டியைக் கண்டதும் அரண்டுபோய் வீறிட்டான். சைக்கிள் ஒன்று எதிர்ப்பட்டதுமோ பாலத்துக்கடியே பாய்ந்து பதுங்கிவிட்டான். அவனை மறுபடி வெளியே வரச் செய்வதற்கு பெனிடிக்ட் பாதிரியார் அரும்பாடு பட நேர்ந்தது. கஞ்சி போட்டு மொடமொடவென்றிருந்த வெள்ளைச் சட்டை அவன் கழுத்தை உராய்ந்து வேதனைப்படுத்தியது. செருப்பே போட்டுப் பழகாத கால்களை அவன் அணிந்திருந்த மஞ்சள் ஜோடுகள் இரக்கமின்றிக் கடித்துப் புண்ணாக்கின. பெனிடிக்ட் பாதிரியார் வாங்கித் தந்த கனத்த கம்பளிக் கோட்டைப் போட்டிருந்த போதிலும் குளிர் தாங்க முடியாமையால் அவன் பற்கள் கடகடவென்று அடித்துக்கொண்டன. ஒரு நிமிடங்கூட அவனால் அப்பாடா என்று தன் இஷ்டப்படி இருக்க முடிய வில்லை. கூச்சலிடுவதும், சீழ்க்கை அடிப்பதும், நையாண்டி செய்வதும், அழுகிய ஆப்பிள் பழங்களை அவன் மேல் விட்டெறிவதுமாகத் தெருப் பையன்கள் கூட்டங்கூட்டமாய் அவன் பின்னே துரத்திக்கொண்டு வந்தார்கள். பெரியவர்களுங் கூட அவனைக் கண்டதுமே நடைபாதைகளில் அங்கங்கே நின்று வேடிக்கை பார்த்தார்கள். அவர்களது கூட்டங்களுக்கு இடையே வழி கண்டுபிடித்து நடப்பதற்குள் அவனுக்குப் போதும் போதுமென்றாகிவிட்டது. பெனிடிக்ட் பாதிரியார் கணப்போதும்

பால் பெர்ன்ஹார்டைவிட்டு விலகாமல் உடன் நடந்தவாறே அவனுக்கு இடைவிடாது உபதேசம் செய்தார்.

"இவர்களிடமிருந்துகற்றுக்கொள்வாயாக, மகனே. இவர்கள் செய்வது போலவே செய்வாயாக. இவர்கள் கற்றுத் தேர்ந்த மக்கள், ஐரோப்பியப் பண்பாட்டின் மணம் வீசும் மலர்கள். காட்டு வாழ்வின் இயல்பும் அஞ்ஞானிகளது பலவகைப் பழக்கங்களும் உன் உள்ளத்தில் ஊறிப்போயிருப்பதால் இவர்களுடைய உதாரணத்தைப் பின்பற்றுவது உனக்குக் கடினமாகவே இருக்கும். ஆயினும் கர்த்தரின் துணையால் இந்தத் தடைகளை எல்லாம் கடந்து, ஆதர்சக் கிறிஸ்தவனாகத் திகழ்வாய். நான் உன்னைக் கிறிஸ்தவ சமயத்துக்கு மாற்றினேன். இயேசுநாதரின் போதனைகளின் ஒளியை மேலும் மேலும் விரிவாகப் பரப்புவதற்கான கருவியாக நீ கர்த்தரால் தெரிந்தெடுக்கப் பட்டிருக்கிறாய்" என்றார்.

ஆன்மிகத் துறையிலும் லௌகீகத் துறையிலும் உயர் நிலையிலிருந்த திருவாளர்கள் பலரிடம் பால் பெர்ன்ஹார்டை அவர் அழைத்துச் சென்றார். அவர்கள் எல்லா விஷயங்களையும் பற்றி அவனை நுணுக்கமாகக் கேள்விகள் கேட்டு, அவன் அளித்த புத்திசாலித்தனமான விடைகளைச் செவிமடுத்து வியந்தார்கள். ஒருநாள் அவர்கள் பெரிய ஹால் ஒன்றிற்கு அவனை அழைத்துப் போனார்கள். ஹாலில் தங்க முலாம் பூசிய லஸ்தர்களில் மிகப் பல விளக்குகள் பிரகாசித்தன. ஒரே மழமழப்பாயிருந்த தரையில் பால் பெர்ன்ஹார்க்குக் கால் வழுக்கிவிடவே அவன் நெடுஞ்சாண் கிடையாய்த் தடாலென்று விழுந்துவிட்டான். ஹாலில் இருந்த முப்பத்தாறு பாதிரிகளும் பல அறிவாளிகளும் அவனுடைய அசட்டுப் பிசட்டுத்தனத்தைக் கண்டு மனம்விட்டுக் கெக்கெலி கொட்டி நகைத்தார்கள். இங்கேயும் இவன் "பரமண்டலத்திலிருக்கும் எங்கள் பிதாவே" என்று தொடங்கும் செபத்தை ஒப்பிக்கவும், தோத்திரப் பாடல்கள் பாடவும், சுவிசேஷத்திலும் ஞான உபதேசத்திலும் தனது தேர்ச்சியைக் காட்டவும் வேண்டியதாயிற்று. அறிவாளிகள் பெனிடிக்ட் பாதிரியாரின் போதனாமுறையால் மிகவும் திருப்தி அடைந்து அவரைப் பலபடியாகப் புகழ்ந்து பாராட்டினார்கள். நாளடைவில் இத்தகைய நிகழ்ச்சிகள் பால் பெர்ன்ஹார்டுக்குப்

பழகிப் போய்விடவே எவ்வித அச்சமோ கூச்சமோ இல்லாமல் அனாயாசமாகத்தன் திறமையைக் காட்டி வந்தான். நன்கு உடையணிந்தான், உணவு உண்டான். வெறியூட்டும் குடிவகைகள் ஏதாவது அவ்வப்போது ஓரிரண்டு கிளாஸ் திருட்டுத்தனமாகக் குடித்தான். அவனுடைய இந்தக் கெட்ட வழக்கம் பெனிடிக்ட் பாதிரியாருக்குத் தெரியும். என்றாலும் பார்த்தும் பாராதவர் போல் இருந்துவந்தார். தம்மால் மதம் மாற்றப்பட்டவன் களிப்பும் குதூகலமுமாகவே இருப்பது தான் அவருக்கும் வாய்ப்பா யிருந்தது, சாவுக்கு ஒப்பான அஞ்ஞான இருளிலிருந்து மீட்கப் பட்டதனாலேயே அவன் அவ்வளவு மகிழ்வுடன் இருப்பதாகப் பார்ப்பவர்கள் எண்ணிக்கொள்வார்கள் அல்லவா? அதனால்.

பெனிடிக்ட் பாதிரியாரின் முயற்சிகளின் விளைவாகத் திருச்சபையாரின் தொண்டுகளுக்கு ஊக்கமளிக்கும் பொருட்டுப் பிரமாதமான விழா கொண்டாடப்பட்டது. மூன்று பாண்டு வாத்தியக் கோஷ்டிகள் உடன் வர, பெருந்திரளான மக்கள், விளம்பரப் பலகைகளையும் கொடிகளையும் ஏந்திக்கொண்டு, நகர்வலம் வந்தனர். ஊர்வலத்தின் முன்வரிசையில் ஆறு பாதிரிகள் சென்றனர். அவர்களுக்கு ஓரடி முன்பாக பெனிடிக்ட் பாதிரியார் பால் பெர்ன்ஹார்டைக் கையைப் பிடித்து நடத்திச் சென்றார். பால் பெர்ன்ஹார்ட் மஞ்சள் ஜோடுகளும் நீண்ட வெள்ளைக் கோட்டும் அணிந்து, தொப்பியைக் கையில் பிடித்த வாறு நடந்தான். சிலுவை கட்டிய வெள்ளிச் சங்கிலி அவன் கழுத்தில் தொங்கியது. நடு நடுவே அவன் தொப்பியை மார்புடன் அழுத்திக்கொண்டு வானை நோக்கிக் கண்களை உயர்த்துவான். இவ்வாறு செய்யும்படி அவனுக்குக் கற்றுக் கொடுத்தவர் பெனிடிக்ட் பாதிரியார்தான். எப்போதாவது அவன் இந்த அபிநயம் செய்ய மறந்துவிட்டாலும் அவனுடைய கோட்டுக் கையை மெதுவாக இழுத்து அவனுக்கு நினைவூட்டுவார் அவர். அன்று ஒருவராவது அவனைக் கண்டு நகையாடவில்லை. மத்திய வர்க்கப் பெண்களும் கம்மியர்களின் மனைவிமாரும் குழந்தைகளைக் கையைப் பிடித்து அழைத்துச் சென்றபடியே, மதம் மாற்றப்பட்ட கறுப்பனை நீர் மல்கும் கண்களுடன் அவர் களுக்குக் காட்டினார்கள். விளக்குக் கம்பங்களில் மாட்டப் பட்டிருந்த விளம்பர அட்டையில் அவனுடைய படம் அச்சிடப் பட்டிருந்தது. அதில் அவன் உதடுகள் உள்ளதைவிட அதிகப்

பருமனாகவும் கண்கள் ஒரே வெளுப்பாகவும் காட்டப் பட்டிருந்தன. தோட்டச் சுவர்களிலும் கட்டிடங்களிலும் ஒட்டியிருந்த வேண்டுகோள்களில் அவன் பெயர் கொட்டை எழுத்துக்களில் பொறித்திருந்தது. அவனுடைய வாழ்க்கைக் குறிப்பு துண்டுப் பிரசுரமாக அச்சிடப்பட்டிருந்தது. சிறு பையன்கள் காச்சுமூச்சென்று கத்திக்கொண்டே தெருக்களில் குறுக்கும் நெடுக்குமாக ஓடி ஓடி அந்தப் பிரசுரங்களை வினியோகித்தனர்.

மூன்று பாண்டு வாத்தியக் கோஷ்டிகளும் இடைவிடாமல் இசை முழக்க, ஊர்வலம் தலைமைப் பாதிரியாரின் மாளிகையை அடைந்து அதன் எதிரே நின்றது. மாளிகையின் முன் மாடத்தில் பாதிரியார் நின்றுகொண்டிருந்தார். அவருக்குப் பின்னால் அவர் மனைவி கறுப்பு மகமல் கவுன் அணிந்தும், மாணவர்களான இரு மகன்கள் பல்கலைக்கழகத் தொப்பிகளுடன், ஒரு மகன் இராணுவ அதிகாரியின்உடுப்பிலும், ஐந்து பெண்கள் வெள்ளைப் பட்டாடையும், தங்கக் காதணிகளும் கைகளில் கங்கணங்களும் இலங்கவும் நின்று கொண்டிருந்தார்கள். பெண் களின் கைகளில் மலர்ச் செண்டுகள் இருந்தன. வாத்தியக் கோஷ்டியின் பின்னணி இசையுடன், “கர்த்தரே எமது மேய்ப்பர்” என்ற பாடலைக் கூட்டத்தினர் பாடினார்கள். பாட்டு முடிந்ததும் தலைமைப் பாதிரியார் ஓரடி முன்னே நகர்ந்து இடக்கையை மாடத்தின் அழியின் மீது தாங்கலாக வைத்துக்கொண்டு வலக் கரத்தைப் பால் பெர்ன்ஹார்டின் தலைக்கு உயரே ஆசீர்வதிக்கும் பாணியில் நீட்டியவாறே, “என் மகனே, அஞ்ஞானிகளின் குருட்டு நம்பிக்கைகளிலிருந்து விடுபட்டு, அற்புதவசத்தால் மீட்கப்பட்டுக் கிறிஸ்தவ சமுதாயத்தில் ஏற்றுக்கொள்ளப்பட்ட உன்னை வரவேற்கிறேன். என்னிடம் என்ன கூற விரும்புகிறாய், என் மகனே?” என்று கேட்டார்.

இந்தச் சந்தர்ப்பத்தில் என்னென்ன செய்ய வேண்டும் என்பதை பெனிடிக்ட் பாதிரியார் பால் பெர்ன்ஹார்டுக்குக் கற்றுக் கொடுத்திருந்தார். இப்போதும் அவன் தவறு செய்தபோதெல்லாம் தணிந்த குரலில் திருத்தினார். பால் பெர்ன்ஹார்ட் முழந்தாள் படியிட்டான், நெற்றி நிலத்தில் படும்படி முதலில் வணங்கினான், அப்புறம் இரு கைகளையும்

மார்புறச் சேர்த்துக்கொண்டு வானை அண்ணாந்து பார்த்தான், அதன் பின்பே முன்மாடத்தில் நின்றிருந்த பெரியவரை நோக்கினான்.

"எனது பிதாவே, எட்டாத் தொலைவிலுள்ள ஆப்பிரிக்கப் பாலைவனத்திலிருந்து, சமீப காலம்வரை ஆன்மிக இருளிலும் உருவ வழிபாடு என்னும் இழிவிலும் உழன்று கொண்டிருந்தவர்களும், இன்று இயேசு கிறிஸ்துநாதரின் திருவடிகளில் வீழ்ந்து வணங்கி, தமது ரட்சிப்புக்கு வழிகாட்டுபவர்களின் பொருட்டாகச் சர்வ வல்லவரான கர்த்தரின் திரு முன்பு நன்றிப் பிரார்த்தனை புரிபவர்களுமான பல கோடி கறுப்பு மக்களின் வாழ்த்துக்களைத் தேவரீர் சமூகத்துக்குக் கொணர்ந்திருக்கிறேன்."

இந்த முழுநீள வாக்கியத்தை ஒரே மூச்சில் சொல்லி முடிப்பது அவனுக்குப் பெரும்பாடாயிருந்தது. பலமுறை வார்த்தைகள் தொண்டையில் சிக்கிக்கொண்டன. பெனடிக்ட் பாதிரியாரின் உதவியால்தான் இடையூறின்றி ஒரு வழியாகச் சொல்லித் தீர்த்தான். தலைமைப் பாதிரியார் இரு கைகளையும் அவன் தலைக்கு மேலே நீட்டி ஆசிர்வதித்தவாறே பின்வரும் மொழிகளைப் பகர்ந்தார்:

"நமது கர்த்தரின் பெயரால் எனது ஆசிகளை அவர்கள் எல்லோர் சார்பாகவும் பெற்றுக்கொள்வாயாக. உனக்காக இவ்வளவு அரும்பாடு பட்டு, உன் ஆன்மாவின் கடைத்தேற்றத்தில் இத்தகைய கவலை காட்டியவர்களை ஒருகாலும் மறவாதிருப்பாயாக. இந்தத் தெய்வக் கருணையைக் கண்ணாரக் கண்ட விசுவாசிகளே, உங்கள் இதயங்களையும் பணப்பைகளையும் நெகிழ்த்துவீர்களாக. துக்கமுற்ற இந்த ஆன்மாக்களின் ரட்சணையின் பொருட்டுத் திருச்சபையின் பெருந்தொண்டு நடப்பதற்காக நன்கொடை வழங்குவீர்களாக. ஆமென்."

"எல்லோரிலும் உயர்ந்தவருக்கு நன்றி செலுத்துகிறோம்" என்ற துதிப்பாடலை ஜனங்கள் பாண்டு வாத்தியங்களின் பின்னணி இசையுடன் பாடினார்கள். பாட்டு முடிந்ததும் பால் பெர்ன்ஹார்ட் முழங்கால்களை நிமிர்த்தி எழுந்து நின்றான். வெள்ளை நங்கையர் அவன் காலடியில் மலர் தூவினர். அவற்றில் ஒரு ரோஜாப் பூவை எடுத்துத் தன் பருத்த உதடுகளில் ஒற்றிக்கொண்டான். இருந்தாற் போலிருந்து பல்லெல்லாம்

அந்திரேய் ஊப்பித் ❖ 47

தெரியக் காட்டிப் பக்கென்று சிரித்துவிட்டான். எலும்புந் தோலு மாக ஒடிசலாய் ஓங்கி வளர்ந்த ஒரு கிழவி பெருக்கிய ஆனந்தக் கண்ணீர் அவளது நீண்ட கிளிமூக்கின் நுனியில் பெருங் கண்ணாடித் துளியாகத் தொங்கியது அவன் கண்ணில் பட்டுவிட்டதே இந்தச் சிரிப்பின் காரணம். பெனிடிக்ட் பாதிரியார் அவன் சிரித்ததற்காகத் தணிந்த குரலில் கடிந்து கொண்டார். எனினும் மொத்தத்தில் அவருக்கு ஒரே மகிழ்ச்சி தான். நாலு திசையிலும் இப்போது அவர் பெயர் விளங்கி ஒளிர்ந்தது. திருச்சபையாரின் புனிதத்தொண்டு தொடர்ந்து நடக்கும் பொருட்டு மாதா கோயில்களில் பெருந்தொகைகள் நன்கொடைகளாக வசூலிக்கப்பட்டன. அவர் மகிழ்ச்சிக்குக் கேட்பானேன்?

10

பொருளும் புகழும் பரிசாகப் பெற்று, தமது உழைப்பைத் தொடர்ந்து நடத்தும் பொருட்டு ஆப்பிரிக்கா திரும்பினார் பெனிடிக்ட் பாதிரியார். கிறிஸ்தவ ஒழுக்கத்தில் தேர்ச்சி பெறவும், நேர்மையான உழைப்பில் ஈடுபடவும், காட்டுமிராண்டி களிலிருந்து நாகரிக மக்கள் அவ்வளவு துல்லியமாக வேறு பட்டிருப்பதற்குக் காரணமான உயர்ந்த கல்வி ஞானத்தைப் பெறவும் வேண்டிப் பால் பெர்ன்ஹார்ட் பெரிய நகரத்திலேயே தங்கிவிட்டான்.

தலைமைப் பாதிரியாரின் உதவியால் ஒரு மாதாகோயிலில் அவன் வேலைக்கு அமர்த்தப்பட்டான். தேவாராதனையின் போது ஆர்கன் வாத்தியப் பெட்டியின் காற்றுத் துருத்தியை அழுத்திச் சுருதி போட வேண்டியது அவன் வேலை. ஆர்கன் வாத்திய இசை இனந்தெரியாத காட்டு விலங்குகள் ஊளை யிடுவதும் முழங்குவதும் போல அவன் காதுகளைத் துளைத்தது. துருத்தியின் புஸ்-புஸ்-ப்பும் பெடல்களின் கிரீச்சொலியும் இந்தக் காட்டுக் கூப்பாடு காதில் விழாதபடி ஓரளவு அடக்கின. இந்த வேலையை மிகுந்த உற்சாகத்துடன் செய்துவந்தான். ஒவ்வொரு முறை தேவாராதனை முடிந்த பின்னும் மாதாகோயிலைப் பெருக்கித் துப்புரவு செய்வது அவன் கடமை. இந்தவேலை அவனுக்கு மிகவும் பிடித்திருந்தது. துடைப்பதை வீசி வீசிப் போட்டு, பனிப்படலம் போலத் தூசி வெகு உயரமாக எழுந்து பரவித் தன்னையே மூடிவிடும்படி செய்ய முயல்வான். இந்தத் தூசி, கொதிக்கும் ஆப்பிரிக்கப் பாலைவனங்களில் மிக அடிக்கடி சுழன்றெழும் புழுதிப் படலங்களை அவனுக்கு நினைவூட்டியது.

சிலுவையில் அறையப்பட்ட இயேசுவின் பிரம்மாண்டமான உருவம் தன் நாட்டில் சமீப காலத்தில்தான் அவன் கண்ட பயங்கரக் காட்சிகளை நினைவூட்டும். ஆதலால் அதைப் பார்க்கும் போதே அவனுக்குக் குலை பதறும். எனவே வேதிகையிலிருந்து மெழுகுவர்த்திகளை அகற்றுவதற்கு முதுகுப் புறமாகவே நடந்து செல்வான். மாதாகோயிலில் தனித்திருக்கும் வேளைகளில் அடிக்கடி கதவை உட்புறம் தாழிட்டுக்கொண்டு பிரசங்க மேடை மீது ஏறி நின்று, உபதேசியார் போலவே கைகளை வீசி ஆட்டுவான். இவ்வாறு செய்வதில் அவனுக்கு ஒரே மகிழ்ச்சி. மனம் விட்டுச் சிரிப்பான். கோத்திக் கட்டிடத்தின் உட்கவிந்த முகடு ஏக்கத்துடன் எதிரொலித்து அவனுக்கு விடையளிக்கும்.

மணியடிப்போன் வீட்டிலே, ஓர் அழகிய சிறு அறையில், நாகரிக மக்கள் எல்லோரையும் போலவே அவன் வசித்து வந்தான். நாள்தோறும் காலையில் நல்ல வாசனைச் சோப்பினால் முகங்கழுவிக்கொள்வான், தலைமயிரை நடு வகிடெடுத்து வாரிக் கொள்வான். பூட்சுகள் பளபளக்கும்படி பாலிஷ் போடுவான்; தூய ஆடைகள் அணிவான், நறுமண நீர் மேலே தெளித்துக் கொள்வான். ஞாயிற்றுக்கிழமைகளில் கெடிகாரமும் சங்கிலியும் அணிந்து, விரலுக்கு ஒரு மோதிரமாகப் போட்டுக் கொண்டு, பிரம்பை வீசியாட்டியவாறு உலா வருவான். கண்ணைப் பறிக்கும் பளபளக்கும் பொருள்களில் அவனுக்கு இருந்த மட்டற்ற மோகம் ஒன்றுதான் அவனது முந்தைய வாழ்க்கையின் சின்னமாக இன்னும் நிலைத்திருந்தது. இந்த விஷயத்தில் வெள்ளையர்கள் தனக்கு எவ்விதத்திலும் வேறானவர்கள் அல்ல என்பதை விரைவிலேயே கண்டுகொண்டான். மொத்தத்தில் கிறிஸ்தவ ஒழுக்கத்திலோ பண்பாட்டிலோ தனக்கு முற்றிலும் பரிச்சயமில்லாத புது இயல்பு எதுவும் அவனுக்குத் தென்பட வில்லை. கறுப்பு ப்ராக் கோட் அணிந்து, தலையில் தொப்பி மாட்டி, வாயில் சுருட்டைப் பற்ற வைத்துக்கொண்டதுமே, தான் அப்படியே வெள்ளையனைப் போல் இருப்பதாக எண்ணிக் கொண்டான். கறுப்புத்தோலின் காரணமாக மட்டுமே அவனுக்குக் கொஞ்சம் கூச்சமாயிருந்தது. அதற்கு அவன் ஒன்றுமே செய்ய முடியாதே.

அதிகக் கிராக்கியில்லாத சாப்பாட்டுக் கடையில் சாப்பிடுவான். ஒவ்வொரு முறையும் சாப்பாட்டுடன் ஒரு கிளாஸ் சாராயம் அருந்துவான். அதைக் குடித்ததும் சிறிதுநேரத்திற்கு மகிழ்ச்சியும் தன்னம்பிக்கையும் உண்டாகும். மாலை வேளைகளில் நாடக மன்றத்தில் மலிவான இடத்திலோ அல்லது கான்ஸர்ட் ஹாலில் பின் வரிசையிலோ அமர்ந்து பொழுது போக்குவான். ஹாலிலுள்ளவர்கள் மேடையை விட அதிகமாக அவனையே உற்று உற்றுப் பார்ப்பார்கள். இதெல்லாம் அவனுக்கு நெடுங்காலமாகவே பழகிப்போயிருந்தது. இப்போதெல்லாம் அக்கம் பக்கத்திலிருப்பவர்களைக் கூச்சமே இன்றி அவனும் உறுத்து உறுத்து நோக்குவான். இப்பொழுது அவனுக்கு அநேகமாகப் பக்குவ வயது. எனவே மற்ற எதையும் விடப் பெண்கள் மீது அவனுக்கு அதி நாட்டம் விழுந்தது. அவர்களை வெறித்து வெறித்துப் பார்த்தவாறே தன் எண்ணங்களில் ஆழ்ந்திருப்பான். திடீரென அவனது பருத்த உதடுகளுக்கிடையே வெண்பல் வரிசை பளிச்சிடும். மணியடிப்பவனது குடும்பத்தாருடன் ஒவ்வொரு நாள் காலையிலும் பிரார்த்தனையில் கலந்து கொள்வான், காதைத் துளைக்கும் உரத்த குரலில் பாடுவான்; முழந்தாள் படியிட்டு, “பரமண்டலத்திலிருக்கும் எங்கள் பிதாவே” என்று செபிப்பான். காலை மாலைச் செய்தித் தாள்களை வாங்குவான், அரசியல் விமர்சனங்கள், மார்க்கெட் நிலவரங்கள், தொடர்கதைகள், விளம்பரங்கள் எல்லாவற்றையும் ஒன்று விடாமல் படிப்பான். சமகால ஐரோப்பியப் பண்பாட்டில் நாளுக்கு நாள் முன்னிலும் ஆழ்ந்து மூழ்கலானான். ஆப்பிரிக்காவில் திருச்சபையினரின் வேலை பற்றியும் முக்கியமாகத் தன்னைப் பற்றியும் வெளியாகியிருந்த சில பிரசுரங்கள் அவனிடம் இருந்தன. மதமாற்றத்துக்குமுன் கறுப்பர்கள் இருந்த நிலையைக் காட்டும் படங்களை மணிக்கணக்காக உற்றுப் பார்ப்பான். நம்ப முடியாத அளவு அவலட்சணம் பிடித்தவர்களாக – உயிருள்ள பாம்புகளைத் தின்பது போலவும், எலும்புகளைக் கறவுவது போலவும், பன்றிகள் மாதிரி சேற்றில் புரள்வது போலவும் அவர்கள் வரையப்பட்டிருந்தனர். இதே கறுப்பர்கள் மதமாற்றத்துக்குப்பின் எப்படி ஆகிவிட்டார்கள் என்பதை வேறு படங்கள் காட்டின. கண்கவர் கூட்டமாக மேஜையைச் சூழ்ந்து அமர்ந்திருந்தார்கள் ஆடவரும் பெண்டிரும். ஆண்கள்

எல்லோரும் காற்சட்டைகளும் கோட்டுகளும் அணிந்திருந்தார்கள். பெண்கள் ஆடை உடுத்தியிருந்தார்கள், கைகளைக் குவித்து, வானை நோக்கியவாறு அவர்கள் பிரார்த்தனை செய்து கொண்டிருந்தனர். ஒவ்வொருவர் கழுத்திலும் நாப்கின் கட்டப்பட்டிருந்தது. மேஜை மேல் சில தட்டுக்களும், கடுகுச் சட்டினிப் பாத்திரமும் வைக்கப்பட்டிருந்தன. பால் பெர்ன்ஹார்டின் அப்பன் மூக்கு வளையமணிந்த கொழுத்து உயர்ந்த ஆளாகவும், அவனுடைய தாய் முதுகில் கூடையைக் கட்டிக்கொண்டு அலங்கோலத் தோற்றமளித்த முதியவளாகவும் தீட்டப்பட்டிருந்தார்கள். பால் பெர்ன்ஹார்டும் படத்தில் இருந்தான், கோட்டு அணிந்து, மார்பில் சிலுவை இலங்க. பெனிடிக்ட் பாதிரியாரோ பலவகை உடைகளிலும் பலவகைப் பாவனைகளிலும் காட்டப் பெற்றிருந்தார். சில படங்களில் தனியாயிருந்தார். சிலவற்றில் தம்மால் மதமாற்றம் செய்யப்பட்ட கறுப்பர்களுக்கிடையே காணப்பட்டார். சில படங்களில் துப்பாக்கியும் தோளுமாகக் கூடக் காட்டப்பட்டிருந்தார். சவுக்கும் கையுமாகத்தான் ஒரு படத்தில் கூட இல்லை.

தனது சிறிய அறையும் நாகரிக வாழ்வும் பால் பெர்ன்ஹார்டுக்கு முற்றிலும் பழக்கமாகிவிட்டன. பெனிடிக்ட் பாதிரியாரின் அன்பளிப்பான இயேசுவின் சிலுவையுரு அவன் மேஜை மீது இருந்தது. அது ஒன்றுதான் எவ்வளவு முயன்றும் அவனுக்குப் பழக்கமாக மாட்டேனென்றது. அதைப் பார்க்கும் போதெல்லாம், எறும்புப் புற்றுகளுக்கு மேல் தொங்கவிடப்பட்டு, இரவு முழுவதும் கோ கோ வெனக் கதறி ஊளையிட்டு, முடிவில் சதையெல்லாம் கறவப்பட்ட எலும்புக் கூடுகளாய் மரங்களில் கட்டுண்டு ஊசலாடிய கறுப்பர்களின் நினைவு அவனுக்கு உண்டாகும் – எதனாலோ, கடவுளுக்கே வெளிச்சம். வழக்கமாக அவன் இந்தச் சிலுவையைச் செய்தித்தாளால் மூடி மறைத்து விடுவான். இருந்தபோதிலும், அடிக்கடி நள்ளிரவில் அலறி யடித்துக்கொண்டு விழிப்பான், அச்சத்தால் பற்கள் கடகடக்க, கண்கள் மேஜையை உறுத்து நோக்க, படுக்கையின் ஓரத்தில் ஒண்டி முடங்கியவாறு, ஆப்பிரிக்காவின் முள்புதர்களில் ஊளையிடும் கழுதைப்புலியைப் போலத் தேம்புவான்.

11

மாதாகோயில் வேலையில் பால் பெர்ன்ஹார்ட் நீண்ட காலம் நிலைத்திருக்கவில்லை. ஞாயிற்றுக்கிழமைகளில் தேவாராதனையின் போது கூட்டத்தின் முன் வரிசையில் வழக்கமாக உட்காரும் பக்தியுள்ள சீமாட்டி ஒருத்திக்கு அவனைப் பிடித்து விட்டது. தன் வீட்டில் எடுப்பாளாக வேலை செய்யும்படி அவள் அவனை வற்புறுத்தி அழைத்துச் சென்றாள். மாதாகோயிலில் இருந்த சிலுவையுருவம் பால் பெர்ன்ஹார்டுக்கு நாளாக ஆக அதிக அச்சம் விளைத்தது. அதன் பயத்தால் பிரசங்க மேடை மேல் ஏறிக் கைகளை ஆட்டுவதைக்கூட அவன் விட்டுவிட்டான். எனவே, சீமாட்டியின் அழைப்பை மகிழ்வுடன் ஏற்றுக்கொண்டு மாதாகோயில் வேலைக்குத் தலை முழுகிவிட்டான்.

பக்தியுள்ள சீமாட்டியின் வீட்டில் அவன் வாழ்க்கை இன்பமாகக் கழிந்தது. அவள் வண்டியில் உலாப் போகையில் பால் பெர்ன்ஹார்ட் வண்டியோட்டியின் அருகே உட்கார்ந்துகொள்வான். சீமாட்டியின் நோயாளித் தாயாரைத் தள்ளு வண்டியில் உட்கார வைத்து, பார்க்கிலோ, அவர்களது பங்களாவை அடுத்த தோட்டத்திலோ தினந்தோறும் ஓரிரு மணிநேரம் தள்ளுவதும் அவன் வேலை. சீமாட்டி விருந்தளிக்கும் போது விருந்தாளிகளின் மேல்கோட்டுகளைக் கழற்றி வாங்கி உடுப்பறையில் மாட்டுவதும், சீமாட்டிகளின் ரப்பர் மேல்ஜோடுகளைக் கழற்றுவதும், விருந்தாளிகளுக்குச் சாராயம் ஊற்றிக் கொடுப்பதும், பழங்களை விநியோகிப்பதும் அவன் கடமைகளே. சிறுவர் சிறுமியர் விளையாட்டிடங்களில் பந்தாட்டமோ வேறு ஆட்டங்களோ ஆடும்போது பால் பெர்ன்ஹார்ட் அவர்களுக்கு உதவியாளாகப் பணி

புரிவான். மட்டக் குதிரைச் சவாரியும் மற்ற விளையாட்டுக்களும் அலுத்துப்போனதும் சிறுமிகள் அவன் தோள்களில் ஏறி அமர்ந்து அவன் தலைமயிரைப் பிடித்துக்கொண்டு, குதிமுள் அணிந் திருப்பது போன்ற பாவனையுடன் அவனை உதைப்பார்கள். அவன் குதிரையைப் போலவோ ஒட்டகத்தைப் போலவோ பாய்ந்தோட வேண்டும், இல்லாவிட்டால் நெருப்புக் கோழி போலக் குதித்தோட வேண்டும். ஓட்டத்தின் விரைவினால் மேலே குத்தியிருக்கும் தாட்டையன்களுக்கு மூச்சுத் திணறும்வரை அவனுக்கு இதிலிருந்து விமோசனம் கிடையாது.

சீமாட்டியின் கணவன் பணக்காரச் சீமான். அவன் தலை ஒரே வழுக்கை. அவனுக்குப் பால் பெர்ன்ஹார்டைக் கண்டாலே கரிக்கும். அதேபோலப் பால் பெர்ன்ஹார்டுக்கும் அவனைக் கண்டால் ஆகாது. கணவனுக்கும் மனைவிக்குமிடையே ஏழாம் பொருத்தந்தான் என்பதை உணர்ந்துகொண்ட பால் பெர்ன்ஹார்ட், எல்லா விஷயங்களிலும் கணவனை அடியோடு புறக்கணித்து விட்டு, மனைவியைத் திருப்தி செய்வதற்குத் தன்னால் ஆனவரை முயன்றான். அவனுக்கு பிரெஞ்சு மொழியும் ஆங்கிலமும் கொஞ்சம் கொஞ்சம் புரியும் என்பதை அறியாத சீமாட்டி, தன் நண்பர்களிடம் அவனைப் பற்றிப் பெருமையடித்துக் கொள்வாள். அவன் நாயைப் போன்ற விசுவாசமுள்ளவன் என்பாள். அவன் கனவில் கூடச் செய்தறியாத வீரச் செயல்களை அவன் புரிந்த தாக வர்ணிப்பாள். இவற்றையெல்லாம் கேட்டு அவனுக்கா, ஒரேயடியாக மகிழ்ச்சி பொங்கும். அளவுக்கு மீறிய தற்பெருமையும், தனது உடல் வலிமை, திறமை, படிப்பு, கிறிஸ்தவ மதபக்தி ஆகியவை பற்றி ஒரே கர்வமும் கொண்டிருந்தான் அவன். சுவிசேஷ வர்ணனைகள் பற்றிய படங்களால் தன் அறைச் சுவரை அலங்கரித்தான். காலைப் பிரார்த்தனையின் போது மற்றவர்களை விட அதிக நேரம் முழந்தாள் படியிட்ட வாறே இருந்து, தலை தரையில் மடாரென்று படும்படி வந்து விழுந்து வணங்குவான். இவ்வாறு செய்வது தன் எஜமானவர் களுக்கு உவப்பாயிருக்கும் என்பது அவனுக்கு நன்றாகத் தெரியும்.

அவன் மேலும் ஆன்மிக வளர்ச்சி பெறுவதில் அவன் எஜமானி ஆழ்ந்த அக்கறை காட்டினாள். மதவிஷயங்கள் பற்றிய நூல்களை அவனுக்கு வாங்கிக் கொடுத்தாள். அமர ஆன்மா

கடைத்தேறச் செய்பவையான பல விஷயங்கள் சம்பந்தமாக அவனுடன் நீண்ட நேரம் உரையாடிவந்தாள். அவனுக்கு என்னவோ இந்த உரையாடல்களை விட எஜமானி தனக்காகக் கற்பனை செய்து தயாரித்தளித்த விதம் விதமான ஆடைகள்தாம் அதிக இன்பமளித்தன. காலை வேளைகளில் வெள்ளைப் பிளானல் சட்டையும் வீட்டிலணியும் மென்மையான ஜோடுகளும் போட்டுக்கொள்வான். பகல் சாப்பாட்டு நேரத்தில் இந்த உடையைக் களைந்துவிட்டு, மஞ்சள் பொத்தான்கள் உள்ள நீலக் கோட்டும், குட்டையான குறுகல் கால்சட்டையும், வெண்பட்டுக் காலுறைகளும் அணிந்துகொள்வான். இந்தக் காலுறைகள் அவனது முறுக்கேறிய தசைகளின் அழகை நன்று எடுத்துக் காட்டின. மாலை வேளைகளில் மத்தியதர வகுப்பாருக்குரிய அடக்கமான கோட்டும், காற்சட்டையும், கஞ்சி போட்டு முடமுடப் பாக விறைத்து நிற்கும் கழுத்துப் பட்டையும் வெண்ணிற 'டை'யும் அணிவான். இந்த மாலை உடையைவிடப் பகல் உடையே அவனுக்கு விருப்பமாயிருந்தது. கெடிகாரமும் சங்கிலியும் அணிந்து கைப்பிரம்பைச் சுழற்றிக்கொண்டு அவன் ஒய்யார நடை நடப்பதெல்லாம் சாதாரணமாகத் தன் அறையில் தான். சில சமயம் நகரில் உலாவி வருவதற்கும் அவனுக்கு அனுமதி கிடைப்பதுண்டு. இந்தத் தருணத்தைப் பயன்படுத்திக் கொண்டு அவன் ஏதேனும் சாராயக் கடையில் நுழைந்து ஒரு கிளாஸ் சாராயம் பருகி, ஒரு சுருட்டைப் புகைப்பான்.

சீமாட்டியின் கணவன் ஏதோ அலுவலாக வெளியூர் சென்றுவிடவே, மாலைத் தேவாராதனைக்கு அவளை அழைத்துச் செல்வது பால்பெர்ன்ஹார்டின் பொறுப்பாயிற்று. அவளது பிரார்த்தனைப் புத்தகத்தையும் மாலையிலணியும் சால்வையையும் கையிலேந்தியவாறு மரியாதையாக அவள் பின்னே நடப்பான். வழியில் போகிறவர், வருகிறவர்கள் எல்லோரும் அவர்கள் இருவரையும் வியப்புக் குறியுடன் நோக்குவார்கள். இது தனது எஜமானிக்கு மிகுந்த மகிழ்ச்சி அளிக்கிறது என்பதை அவன் கண்டுகொண்டான். தேவாராதனையின்போது உபதேசியாரின் மேடையோ, சிலுவையுருவோ கண்ணில் படாத இடமாகத் தேர்ந்தெடுத்து உட்கார்ந்து கொள்வான். பிரார்த்தனை செய்யும் போது உபதேசியாரின் உரையைக் கேட்கும் போதும் பக்தியும்

மகிழ்வும் பொங்கும் கண்களால் எஜமானியை அடிக்கடி பார்ப்பான். இதுவும் அவளுக்குச் சந்தோஷமளித்தது.

ஒரு நாள் மாலை மாதா கோயிலிருந்து திரும்புகையில் அவர்கள் மழைப் புயலில் அகப்பட்டுக்கொண்டார்கள். இடியும் மின்னலுமாக அடைமழை கொட்டியது. வீடு சேர்ந்து ஈர ஆடைகளைக் களைந்து வேறு உடைகள் அணிந்து கொண்டபின் எஜமானி அவனைக் கூப்பிட்டனுப்பினாள். அவன் வந்ததும், சர்வ வல்லமையுள்ள கர்த்தரின் ஆளுகைக்கு உட்பட்டவையும் அவரால் தமது உசிதம்போல உபயோகிக்கப்படுபவையுமான பயங்கர இயற்கை நிகழ்ச்சிகளைப் பற்றி இரவு நெடுநேரம் வரை அவனுக்கு விவரித்தாள். இந்த விரிவுரை முடிந்ததும், நாற்காலியிலிருந்து எழுந்து கொட்டாவிவிட்டாள்.

"நான் இப்போது தூங்கப் போகிறேன், மகனே. நீ வெளியே போய்விடாதே. இடி இடிக்கும்போது தனியாயிருக்க எனக்குப் பயம். கர்த்தரின் கண்களுக்கு நாம் எல்லோருமே பாவிகள் தானே! தெய்வீக நெருப்பால் எப்போது, யாரைத் தாக்குவார் என்று யார் கண்டது?" என்றாள்.

எஜமானி தன் அறைக் கதவைத் தாழிடவில்லை. பால் பெர்ன்ஹார்ட் விளக்கை அணைத்துவிட்டு இருட்டில் நெடுநேரம் பிரார்த்தனை செய்தான். இடி முழக்கமோ ஓய்ந்த பாடில்லை.

அப்போது அவள், "எனக்குப் பயமாயிருக்கிறது, இப்படிக் கிட்டத்தில் வா, மகனே" என அழைத்தாள்.

உத்தரவுப்படியே செய்தான் பால் பெர்ன்ஹார்ட். நாற்காலியை எடுத்து, சீமாட்டியின் அறைக் கதவின் அருகே போடப் போனான். அதற்குள் அவள், "இன்னமும் எனக்குப் பயமாகவே இருக்கிறது. என் அறைக்குள் வா, மகனே" என்றாள்.

உத்தரவுப்படியே செய்தான் பால் பெர்ன்ஹார்ட்.

மறுநாள் காலை பெனிடிக்ட் பாதிரியாரிடமிருந்து அவனுக்கு ஒரு கடிதம் வந்தது. எத்தனையோ விஷயங்களோடு அதில் பின்வருமாறு எழுதப்பட்டிருந்தது:

"நேர்மையுள்ள, மதிப்பு வாய்ந்த ஜனங்களின் பணியாளாக நீ வேலை செய்கிறாய் என்று அறிந்தேன். இது மிக நல்லது,

என் மகனே. வயதில் வளர்ந்தவன் ஆயினும் ஆன்மிக, மானசிக வளர்ச்சியில் நீ இன்னும் குழந்தைதான். இந்தக் கிறிஸ்தவக் குடும்பத்தினர் தங்களில் ஒருவனாகவே உன்னை ஏற்றுக் கொண்டு உனது ஆன்மாவின் கடைத்தேற்றத்தில் அக்கறை காட்டுகிறார்கள். அவர்கள் இட்ட ஏவலைத் தட்டின்றி நிறை வேற்றி வருவாயானால் இந்தப் புதிய வேலையில் நிச்சயமாக முன்னேறுவாய். உனது அறிவு நிறைவு பெறும்; பண்பாடும் ஒழுங்கும் உள்ள மக்களின் உலக ஞானத்தைக் கிரகித்துக்கொள் வாய். இவ்வாறு செய்வதானால், துன்பத்திலும் அஞ்ஞானத்திலு மிருந்து வெளியேறி, உண்மையான கிறிஸ்தவப் பண்பாட்டின் பூர்ணத்துவத்தை நோக்கி முன்னேறுவததற்கான பாதையைச் செம்மைப்படுத்திக்கொள்வாய். எனது ஆசிகளைப் பெற்றுக் கொள், மகனே. ஆமென்."

பெனிடிக்ட் பாதிரியாரின் கட்டளைகளைச் சந்தோஷத்துடன் நிறைவேற்றினான் பால் பெர்ன்ஹார்ட்.

12

பரிவுள்ள சீமாட்டியின் வீட்டில் பால் பெர்ன்ஹார்டின் வாழ்வு விரைவிலேயே எதிர்பாராத விதத்தில் முடிந்துவிட்டது. வெளியூரிலிருந்து திரும்பிய அவள் கணவன், பால் பெர்ன்ஹார்டை முன்னிலும் இருமடங்கு வெறுக்கலானான். ஆன்மாவின் கடைத்தேற்றம் பற்றிய உரையாடல்களைக் கேட்கவே அவனுக்குப் பிடிக்கவில்லை. தனது பெண்களைப் பால் பெர்ன்ஹார்டின் பக்கத்தில் அண்டவே விடவில்லை அவன். ஆகக் கடைசியில் ஒரு நாள் பால் பெர்ன்ஹார்ட், கையில் பிரம்பும், வெயிஸ்ட்கோட்டில் கெடிகாரச் சங்கிலியுமாக அப்பெரிய நகரத்தின் வீதியில் நிற்க நேர்ந்தது. இப்போது அவன் எங்கு வேண்டுமானாலும் போகலாம்.

நாகரிக நாட்டிலே ஒருவனுக்கு நேரக்கூடிய துன்பங்களில் எல்லாம் கொடியது எங்கு வேண்டுமானாலும் போகலாம் என்ற நிலைமையே என அவன் விரைவில் அறிந்துகொண்டான். அவன் போவதற்கு ஓரிடங்கூட இல்லை. கால் போன போக்கில் தெருக்களில் அலைந்தான், துறைமுகத்தில் சுற்றினான், சாராயக் கடைகளுக்குள் நுழைந்தான். சிறிது நேரத்திற்கெல்லாம் அவனிடம் கெடிகாரமுமில்லை; சங்கிலியுமில்லை; பணமோ, செப்பாலடித்த காசுகூட இல்லை. எனினும் அதிர்ஷ்டவசமாக அவனுக்கு வேலை கிடைத்துவிட்டது. ஒரு சினிமாத் தியேட்டர் வாயிலில் நின்று கூவி விளம்பரம் செய்வது அவன் வேலை. மாலை ஐந்து மணி வாக்கில் சினிமாத் தியேட்டருக்கு வெளியே நடைபாதையில் நின்று, இடைவிடாது மணி அடித்துக்கொண்டே, உரத்த குரலில் கூச்சலிடுவான்:

"முந்துங்கள்! இடத்துக்கு முந்துங்கள்! நகரத்திலேயே முதல் தடவை! வயது வந்தவர்களுக்கு மட்டுமே! மயிர்க்கூச் செறியும் சம்பவங்கள்! இரத்தக்களரியும் பயங்கரமும்! ஆயிரத்து ஐந்நூறு மீட்டர்கள்!"

கண்களைப் பயங்கரமாக உருட்டி விழித்துப் பற்கள் தெரியும்படி இளித்து மூன்று மொழிகளில் இவ்வாறு கத்துவான். அவன் கத்துவதே ஜனங்களைத் திரள் திரளாக ஈர்த்தது. கூடைக் காரிகள், பள்ளிப் பையன்கள், தெருச்சுற்றும் சிறுவர்கள், மற்ற வழிப்போக்கர்கள் எல்லோரும் நின்று அவனை நோக்குவார்கள்; அவன் தோலைத் தொட்டுக் கறுப்பு ஒட்டிக் கொள்கிறதா என்று பார்ப்பார்கள். அவனோ விளம்பரப் பிரசுரங்களை அவர்கள் கைகளில் திணித்து அவர்களை டிக்கட் கொடுக்கும் இடத்தின் பக்கம் தள்ளுவான். அவன் இப்படி உபசாரமின்றி அடாபிடித் தனமான நடந்துகொள்வதை ஒருவரும் அவ்வளவாகப் பொருட்படுத்துவதில்லை. அவன் கறுப்பனானபடியால் அவன் நடந்துகொள்ளும் விதம் வெள்ளையரின் வழக்கத்துக்கு மாறாயிருக்கலாமல்லவா? தியேட்டர் மளமளவென்று நிறைந்து வந்தது. எஜமானுக்கு அவன் மேல் திருப்தி. நள்ளிரவுக்குப் பின்பு, பொதுப் படக்காட்சிகள் முடிந்து முன்வாயிற் கதவுகள் பூட்டப்பட்டதும், எஜமானுக்கு நன்கு அறிமுகமானவர்கள் பின் வாயில் வழியாக உள்ளே வந்து, ஆண்களுக்காக மட்டும் தயாரிக்கப்பட்ட விசேஷத் திரைப்படங்களைப் பார்ப்பார்கள். அதற்கான கட்டணத்தை அவர்களிடமிருந்து வசூலித்தபின்பு பால் பெர்ன்ஹார்ட் தானும் ஹாலுக்குள் போய் அந்தப் படங்களைப் பார்க்கலாம். காட்டுமிராண்டிகளின் மிருகத்தனத்தையும் ஒழுக்கவீனத்தையும் விட ஐரோப்பியப் பண்பாடு எவ்வளவு உயர்வானது என்பது இந்தப் படங்களில் அசாதாரணமாக மனதில் பதியும் வகையில் விளக்கிக் காட்டப்பட்டிருந்தது. இந்தப் படங்களைப் பார்க்கப் பார்க்க, ஐரோப்பியப் பண்பாட்டின் கவர்ச்சியைப் பால் பெர்ன்ஹார்ட் தெள்ளத் தெளியப் புரிந்துகொண்டான் இந்தப் பண்பாடு வழங்கும் இன்பங்களை எல்லாம் ஒன்றுவிடாமல் முழுமையாக அனுபவிக்க முயன்றான்.

இந்த வேலையையும் அவன் விரைவிலேயே விட வேண்டிய தாயிற்று. பேராசை காரணமாகச் சினிமா சொந்தக்காரன்

போலீஸ்காரர்களுக்குச் சேரவேண்டிய மாமூலை உரிய நேரத்தில் கொடுக்கத் தவறிவிட்டான். ஓரிரவு, மிக மிகச் சுவையான படம் ஒன்று காட்டப்பட்டுக் கொண்டிருந்த சமயத்தில் போலீஸ் காரர்கள் திடீரென வந்து சோதனை போட்டார்கள். சினிமாத் தியேட்டர் மூடப்பட்டது. சொந்தக்காரன் சிறையில் தள்ளப் பட்டான். பால்பெர்ன்ஹார்ட் மீண்டும் தெருவே கதியானான்.

இம்முறையும் அதிர்ஷ்டம் அவன் பக்கம் இருந்தது. மூன்றே நாட்களுக்கெல்லாம் ஊரூராகச் சுற்றும் சர்க்கஸ் ஒன்றில் அவனுக்கு வேலை கிடைத்துவிட்டது. இந்தச் சர்க்கஸுடன் அவன் எல்லா நாடுகளுக்கும் போனான். முதலை வாயனான பூதாகாரமான கறுப்பன் ஒருவன் உயிருள்ள நாயை விழுங்குவது போல் தீட்டப்பட்ட விளம்பரப் படம் பெரிய, சின்ன நகரங்களில் எல்லாம் காட்டப்பட்டது. கிரந்தி நோய் உற்ற, உறாத நிர்வாண மெழுகு பொம்மைகளை எல்லாம் கண்ணாரக் கண்டபின் பார்வையாளர்கள் எழுந்து செல்லத் தயாராகும் வேளையில் பின்சுவரின் எதிரே திரை விலகும். நடுத்தர உயரமான கறுப்பு இளைஞன் ஒருவன் அங்கே தென்படுவான். உயிருள்ள தவளையை விழுங்குவது போல அவன் நடிப்பான். தத்தக்க பித்தக்க என்று குதிப்பதும், வயிற்றை அசைப்பதும், எல்லாவிதமாகவும் முகத்தைக் கோணிக்கொள்வதுமாக ஏதோ காட்டு நடனம் ஆடுவான். காதுகள் வரை வாயைத் திறந்து அஹ்ஹஹ்ஹா என்று சிரிப்பான். தனது கறுப்புத் தோலைத் தொடவும் கடினமான தசைகளைக் கிள்ளவும் எல்லோரையும் அனுமதிப்பான். தனக்கு இட்ட வேலைகளை எல்லாம் பால் பெர்ன்ஹார்ட் மனப்பூர்வமாகச் செய்துவந்தான். எனினும் சர்க்கஸுக்கு வருமானம் என்னவோ நாளுக்கு நாள் குறைந்து கொண்டே போயிற்று. சர்க்கஸ் சொந்தக்காரன் வேலையாட் களுக்குச் சம்பளம் கொடுக்க முடியாமல் மாதக் கணக்காகக் கடத்திவிட்டான். பால் பெர்ன்ஹார்டுக்கு உயிர்வாழ்வதே பெரும் பாடாகிவிட்டது. மதுவும், சுருட்டும், பெண்களும், மற்ற உலக இன்பங்களும் துய்க்கும் பழக்கம் அவனிடம் வலிவாக வேரூன்றிப் போயிருந்தது. ஆகக் கடைசியில் வரும்படி மிக மிகச் சுமாரான ஒரு நாள், அவன் சர்க்கஸின் பணப் பெட்டியிலிருந்த பிச்சைக் காசுகளை வறண்டி எடுத்துக்கொண்டுவிட்டான். சொந்தக்காரன் முஷ்டி பிடித்துக் கொண்டு அவன் மேல் பாய்ந்தான். பால்

பெர்ன்ஹார்டோ அவனைச் சக்கை வேறு சாறு வேறாகப் பிழிந்தெடுத்துவிட்டான். இதற்காக அவனுக்குச் சிறைத் தண்டனை கிடைத்தது. சிறையில் ஒரே இட நெருக்கடி. கடுங்குளிர். உண்பதற்குக் கறுப்பு ரொட்டி, தண்ணீர், நீர்த்த பீட்ரூட் சூப், அவ்வளவுதான். காவலாளிகளின் அடிகளுக்குப் பதிலடி கொடுக்க முடியவில்லை. சிறையில் கழித்த ஒன்றரை வருஷங்களில் பால் பெர்ன்ஹார்ட் ஒட்டி உலர்ந்து, எடை குறைந்து, கிழடுதட்டிப் போனான்.

13

சிறையிலிருந்து விடுதலையானதற்குப் பிந்தைய சில நாட்கள் தாம் அதுவரை அவன் வாழ்விலேயே மிக மிகத் துன்ப கரமானவை. ஆடை ஒரேயடியாக நைந்து கசங்கியிருந்தபடியால் நாணயஸ்தர்கள் வீடுகளில் எவரும் அவனை நுழைய விடவில்லை. சிறைச் சாலையில் திருடர்கள், கொலைகாரர் களுடன் பழகிப் பழகி அவனுக்குப் படிந்து போயிருந்த நடையுடை பாவனைகளோ, மரியாதையுள்ளவர்கள் அவனை அணுகவே அஞ்சுமாறு செய்தன. வேறு புகலின்மையால் திருடர்களுடனும் பலவகைக் காலாடிகளுடனும் பால் பெர்ன்ஹார்ட் உறவாட வேண்டியதாயிற்று. ஏதாவது தெரு மூலையில் அவன் நீக்ரோ நடனம் ஆடுவான், அல்லது கறுப்பர்கள் உயிருள்ள தவளைகளை விழுங்குவது எப்படி என்று காட்டுவான். அதை நம்பி வேடிக்கை பார்த்துக்கொண் டிருப்பவர்களின் ஜேபிகளை அவன் நண்பர்கள் ஒட்டத் துடைத்து விடுவார்கள். இதிலும் விதி அவனுக்கு எதிராயிருந்தது. சட்டம், அதன் பொறுப்பாளர்கள் ஆகியோரின் பிடிகளில் பின்னுமொரு முறை அவன் சிக்கிக்கொண்டான். மேலும் ஒரு தடவையோ, இரு தடவைகளோ அவன் சிறைக்குளிரில் விறைத்து, பீட்ரூட் சூப்பைத் தொண்டைக்குள் செலுத்த நேர்ந்தது. அதன்பின் அவன் துறைமுகத்தில் சரக்கு ஏற்றி இறக்கும் கூலியாகச் சிறிது காலம் வேலை செய்தான். அந்தச் சமயம் பார்த்துத் தொழிலாளிகள் வேலை நிறுத்தம் செய்து அவனை விரட்டியடித்துவிட்டார்கள். குப்பைக் கிடங்குகளில் உறங்குவதும், உருளைக் கிழங்குத் தோல், நாய்கள் கறவிய எலும்புகள், இவைபோன்ற வேறு கழிவுப் பொருள்கள் ஆகியவற்றை

உண்பதுமாக அவன் காலங்கழித்தான். கடற்கரையோரமாகப் போய் வரும் கப்பலொன்றில் இரண்டு மாதம் கரி தள்ளினான். குளிர்காலத்தில் கடல் உறைந்து போகவே அந்த வேலையிலிருந்து நீக்கப்பட்டான். இருப்புப் பாதையிலிருந்து வெண்பனியை அகற்றுவது, தெரு பெருக்குவது, சவக்குழிகள் தோண்டுவது, வீடு வீடாக அலைந்து திரிந்து கிழிசல் துணிகள், காகிதத் துண்டுகள், காலித் தகர டப்பாக்கள், காகிதத் துண்டுகள், துருப்பிடித்த ஆணிகள் ஆகியவற்றைப் பொறுக்குவது என்று எத்தனையோ விதமான வேலைகள் செய்தான். சில வேளைகளில் எவ்வித வேலையுமில்லாமல், குளிரால் விறைத்து, பசியால் காய்ந்த வயிற்றுடன் தெருத் தெருவாகச் சுற்றி அலைந்தான். முடிவில் ஒருநாள் உணர்விழந்து தெருவில் விழுந்து கிடந்தான். ஜனங்கள் அவனைத் தூக்கி அகதிகளுக்கான ஆஸ்பத்திரியில் கொண்டு சேர்த்தார்கள். அங்கிருந்து வெளியேறிய போது அவனுக்கு இலவச ரெயில்வே டிக்கட் கொடுக்கப்பட்டது. அதன் உதவியால் ரெயிலேறி மீண்டும் பெரிய நகரத்துக்கு வந்து சேர்ந்தான். அங்கே ஒரு சாராயக் கடையில் பரிசாரனாக அமர்ந்தான். வேலை ஒன்றும் கடினமாயில்லை. ஆனால் எஜமான் சம்பளம் எதுவும் கொடுக்கவில்லை, வாடிக்கைக் காரர்களோ, பக்ஷீஸ் கொடுப்பதில் கருமிகளாயிருந்தார்கள். இதெல்லாந்தான் போகிறதென்றால் எல்லோரையும் திருப்தி செய்வது முக்கியப் பிரச்சினையாக இருந்தது. தண்ணீர் கலக்காத சாராயத்தை வாடிக்கைக்காரர்களுக்கு ஊற்றிக் கொடுத்ததற்காக எஜமான் திட்டினான். வாடிக்கைக்காரர்களோ, குடிவகைகளில் ஏகப்பட்ட தண்ணீரைக் கலந்துவிட்டதற்காக வாயார வைது நொறுக்கினார்கள். வாடிக்கைக்காரர்களுக்குப் பின்புறமாகக் குறுக்கும் நெடுக்கும் சென்று அவர்கள் கையில் என்ன சீட்டுகள் இருக்கின்றன என்று எஜமானுக்கு ஜாடை காட்ட வேண்டி யிருந்தது. இதற்காகப் பலமுறை எஜமானுக்குப் பதில் அவனே அடிபடவும் நேர்ந்தது. இந்தக் காரணத்தினாலேயே முடிவில் அவன் சாராயக் கடைக்குத் தலைமுழுகிவிட்டு, விபசார விடுதி ஒன்றில் வேலைக்கு அமர்ந்தான். விடுதியில் வம்பு செய்யும் வாடிக்கைகாரர்களை வெளியே நெட்டித் தள்ளுவது அவன் வேலை. இங்கேயும் எல்லோர் அன்பிற்கும் பாத்திரனாக, தன் கடமைகளை மிக நன்றாக நிறைவேற்றி வந்தான் பால் பெர்ன்ஹார்ட். ஆனால் ஒரு வருஷமாவதற்குள்ளேயே அவன்

கெட்ட நோய் ஒன்றை வாங்கிக் கட்டிக்கொண்டதால் ஆஸ்பத்திரி செல்ல நேர்ந்தது. ஆஸ்பத்திரியிலிருந்து திரும்பியதுமே திடீரென அவனுக்கு அதிர்ஷ்டம் திரும்பியது. அவன் பரிசாரனாக வேலை செய்த சாராயக் கடைச் சொந்தக்காரன் சிறுநீரக அழற்சியால் இறந்து போனான். அவன் மனைவி தன்னந் தனியாகிவிட்டாள். முந்திய நாட்களிலும் பால் பெர்ன்ஹார்ட் அவளுடன் அந்தரங்க உறவு கொண்டிருந்தான். எனவே நேரே அவளிடம் போனான்; வெட்டிப்பேச்சு எதுவுமின்றித் தானே சொந்தக்காரனின் பாத்திரத்தை வகிக்கலானான். இப்போது சாராயத்தில் தண்ணீர் கலப்பதும் வாடிக்கைக்காரர்களுடன் சீட்டு விளையாடுவதும் அவன்தான். வாடிக்கைக்காரர்களிடம் அடிபடும் விஷயத்தில் முன்பு அவன் வகித்த பாத்திரத்தை இப்பொழுது சொந்தக் காரனின் மனைவி வகித்தாள். இந்தச் சந்தர்ப்பத்தில் பெனிடிக்ட் பாதிரியாரைப் பற்றிய செய்தி அவனுக்கு எட்டியது. என்றுமே மறக்க முடியாத தனது ஆசிரியர் இன்னும் உயிரோடிருப்பதாகவும் கறுப்பர்களைக் கிறிஸ்தவர்களாக்கும் புனிதக் கைங்கரியத்தை விடாது செய்து வருவதாகவும் தெரிந்துகொண்டான். சிறிது காலத்துக்குப் பின் அவரிடமிருந்து பால் பெர்ன்ஹார்ட்டுக்கு ஒரு கடிதம் வந்தது. அதன் ஒரு பகுதி பின்வருமாறு:

"நன்றே செய்தாய், மகனே. எந்த உழைப்பும் புகழுக்கு உரியதே. ஆயினும் யாவற்றினும் அருள் பெற்றதும் பயனுள்ளது மான உழைப்பு எதுவென்றால் தனது சொந்த நன்மைக்காகவும் தனது குடும்பத்தின் நன்மைக்காகவும் செய்யப்படும் உழைப்பு தான். நீ செல்ல ஆரம்பித்திருக்கும் பாதை உன்னை மதிப்பிற் குகந்த வாழ்விற்கு இட்டுச் செல்லும். தனியார் சொத்தும் பணமும் – இவை செல்வம் அல்ல, மகனே – இவைதாம் நமது அரசாங்கத்திற்கும் நமது பண்பாட்டிற்கும் எல்லாவற்றிலும் நம்பக மான அடிப்படை. கர்த்தர் உனக்குத் தக்க பரிசுகள் அருள் வாராயின், உனது தோல் கறுப்பாயிருந்த போதிலும் ஒவ்வொரு வெள்ளையனும் உன்னை எதிரே கண்டபோதெல்லாம் பணிவாக வணங்குவான். நகரக் கவுன்சிலின் உறுப்பினனாகத் தேர்ந்தெடுக்கப்படும் கௌரவம் கூட உனக்குக் கிடைக்கலாம். மீளாத் தூக்கத்தில் ஆழ்ந்து நான் கண் மூடுமுன் இந்தக் காட்சியைக் கண்ணாரக் காண விழைகிறேன். கர்த்தர் உனக்குத் துணைபுரிவாராக, மகனே."

14

அந்தக் கணம் முதல் பால் பெர்ன்ஹார்டுக்குக் கர்த்தர் மீண்டும், அதுவும் பெனிடிக்ட் பாதிரியார் எண்ணியதைக் காட்டிலும் எவ்வளவோ அதிகமாகத் துணைபுரியத் தலைப்பட்டார் என்பதை இதோ காண்போம்.

சிறிது காலத்திற்கெல்லாம் சாராயக்கடையின் சொந்தக்காரி கணவன் போன வழியே போய்ச் சேர்ந்தாள். பால் பெர்ன்ஹார்ட் கிறிஸ்தவ முறைப்படி அவளை அடக்கம் செய்தான். அவள் காலமான பின்பு அவனே சாராயக் கடையின் முழு உரிமை பெற்ற ஒரே சொந்தக்காரன் ஆனான். அதைச் செப்பனிட்டு, விரிவுபடுத்தி, தனி அறைகளும் மற்ற வசதிகளும் கொண்ட முதல்தர ஹோட்டலாக மாற்றினான். இப்போதெல்லாம் அவன் சீட்டு விளையாடுவதுமில்லை, சாராயத்தில் தண்ணீர் கலப்பது மில்லை. ஆறு பரிசாரகர்களும், நகர ஹோட்டல்களில் வேலை செய்த மிக மிக அழகிய பணிப் பெண்களிலிருந்து பொறுக்கி யெடுத்த பன்னிரண்டு பரிசாரகிகளும் அவன் ஹோட்டலில் வேலை செய்தார்கள். கறுப்பு 'டெயில் கோட்டு' அணிந்து, தனது 'நிலையத்'தில் மேலும் கீழுமாக உலாவுவதும், பரிசாரகர், பரிசாரகிகளைக் கண்காணிப்பதும் மட்டுமே அவன் அலுவல். சிற்சில சமயங்களில் ஏதாவது ஒரு மேஜையின் அருகே வாடிக்கைக்காரர்களுடன் உட்கார்ந்துகொள்வான்; இல்லா விட்டால் தனி அறைகளில் ஒன்றின் கதவைத் தட்டி, விருந் தாளிகளுக்கு 'வேறு ஏதேனும்' வேண்டுமா என்று கேட்பான். அவனுடைய ஹோட்டலிலோ மனிதன் உள்ளத்தை மகிழ்விப் பவையும் உற்சாகப்படுத்துபவையுமான எல்லாவிதப் பொருள் களும் கேட்ட மாத்திரத்தில் கிடைக்கும். தன்வரையில் அவன்

ஓரளவு கட்டுக்குள்பட்ட, மிதமான வாழ்வே வாழ்ந்தான். நிதானஸ்தன், நம்பகமானவன் என்று பெயர் பெற்றான். இந்த நற்பெயரின் உதவியால் மதிப்பு வாய்ந்த பெரிய மனிதர்கள் பலருடன் நெருங்கிய தொடர்பு ஏற்படுத்திக்கொண்டான். அவனது மதபக்தி அவனுக்கு விசேஷமாக உதவிற்று. ஒரு காலத்தில் தான் பணியாளாக வேலை செய்த அதே மாதா கோயிலில் ஞாயிறுதோறும் பிரார்த்தனைக் கூட்டத்தின் முன் வரிசையில் உட்காருவான். நாளடைவில் அதன் நடைமுறைகள் அவனுக்கு அச்சம் விளைக்கவோ, சென்ற காலத்தின் பயங்கரக் காட்சிகளை நினைவுக்குக் கொண்டு வரவோ இல்லை. ஆப்பிரிக் காவில் திருச்சபையாரின் கைங்கரியத்திற்காக அவன் பெருந் தொகைகள் தாராளமாக நன்கொடை வழங்கினான். அதேபோல நாட்டன்பு மிகுந்த வேறு செயல்களுக்காகவும், புதிய போர்க் கப்பல் ஒன்று கட்டுவது உள்பட, நிறைய நன்கொடை அளித் தான். நகர மக்கள் இந்தப் போர்க் கப்பல் தங்கள் சொந்தப் பணத்தால் கட்டப்படவேண்டும் என்று விரும்பினார்கள். அதன் பயனாக, அதற்கு இந்த நகரின் பெயரையே சூட்டுவது என்று தீர்மானமாகியிருந்தது. மாதாகோயிலில் தாய்மார் தம் குழந்தை களுக்கு அவனைச் சுட்டிக்காட்டுவார்கள். தந்தைமார் அவனுக்கு மரியாதையாக வழிவிட்டு ஒதுங்கி நிற்பார்கள். எல்லோரிலும் மதிப்புமிக்க சீமாட்டிகளோ, பக்தி ததும்பும் பார்வையை அவன் மீதிருந்து அகற்றுவதே இல்லை. சிறப்புயர்ந்த வீடுகளிலெல்லாம் அவன் வரவேற்று உபசரிக்கப்பட்டான். திருச்சபையாரின் அருள் தொண்டைப் பற்றியும், தரையிலிருந்தபடியே விமானங்களைச் செலுத்துவது பற்றியும், நகரத்தின் துப்புரவு ஏற்பாடுகளைப் பற்றியும் அங்கே அவர்கள் வார்த்தையாடுவார்கள். அடுத்த போரைக்குறித்து மற்றவர்களுடன் அவன் தர்க்கிப்பான். முடிவான வெற்றி லூஸிடியாவுக்கே என்பதும், அதன் சக்திவெல்லற்கரியது என்பதும் அவன் தர்க்கிக்கிற தோரணை யிலேயே சிறிதும் சந்தேகமறத் தொனிக்கும். அந்தக் கோடையில் வந்திருக்கும் நவநவமான ஆடையணிகளைப் பற்றிச் சீமாட்டி களுடன் பெருந்தகைமையுடன் விவாதிப்பான். குட்டை ஸ்கர்ட் களும் மார்பு தெரியும் கவுன்களும் ஒழுக்கத்திற்குப் பெருத்த கேடு விளைக்கின்றன என்று அங்கலாய்ப்பான். குழந்தை களுக்கோ, ஆப்பிரிக்கக் காட்டுமிராண்டிகளின் வாழ்க்கையைப் பற்றி, திருச்சபையார் வெளியிட்டுள்ள துண்டுப் பிரசுரங்களில் தான் படித்தபடி, விவரிப்பான்.

விரும்பிய பொருள்களெல்லாம் அவனிடமிருந்தன; இன்மையே எதிலும் இல்லை. இத்தனை வசதிகளெல்லாம் கொண்ட இந்தப் பண்பாடு இதே காரணத்தினால் அவனுக்குச் சலிப்பூட்டலாயிற்று. அவன் செயலான மனிதன், பணக்காரன் கூட. எனினும் தன்னை விட எவ்வளவோ அதிகப் பணக் காரர்கள் பலர் இருப்பதை அவன் கண்டான். விரலைக்கூட அவர்கள் அசைப்பதில்லை, ஆயினும் லட்சக்கணக்கில் செல விடுவது அவர்களுக்குத் தண்ணீர் பட்ட பாடாயிருந்தது. அவனோ சாராயம் ஊற்றிக் கொடுக்கும் பணியாட்களும் பரிசாரகர்களும் தன்னை ஏமாற்றிச் சுரண்டிவிடாத படியும், பரிசாரகிகள் வாடிக்கைக்காரர்களின் விருப்பங்களையெல்லாம் முகங்கோணாமல் நிறைவேற்றும்படியும் கண்காணிக்க வேண்டி யிருந்தது. ஒரு கண்ணிமைப்பில் ஆயிரக்கணக்கான மக்களை ஆணைக்கு உட்படுத்தும்படி அவ்வளவு அதிகாரம் வாய்ந்த தலைவர்களை அவன் அறிவான். அவனையோ, ஹோட்டலுக்கு வெளியே, அரசாங்க விவகாரங்களில் ஏனென்று கேட்பா ரில்லை. தலை சிறந்த அழகிகளில் எவளை வேண்டுமானாலும் அவன் விரும்பிய மாத்திரத்தில் பெற முடியும். ஆனால் ஒரே மாதிரியாக அவர்கள் எல்லோருமே உணர்ச்சி வேகமற்ற ஜடங்கள், சுவையற்றவர்கள்; எனவே விரைவிலேயே அவர்கள் தொடர்பு அவனுக்குச் சப்பென்று போய்விட்டது. ஆம், இத்தனை வசதிகள் எல்லாம் பொருந்திய இந்தப் பாழாய்ப் போன பண்பாடு அவனுக்குத் தெவிட்டிவிட்டது. இதிலும் விந்தை என்னவென் றால், நியாங்கீ ஆற்று மணலில் தான் காய்ந்த வயிற்றுடன் புரண்ட, அல்லது நட்சத்திரங்கள் ஒளிரும் ஆப்பிரிக்க வானத்தை நோக்கிய அந்தப் பழைய நாட்களை அவன் அடிக்கடி நினைவு கூர்ந்தான். பட்டுச் சொக்காய் அவனுக்குக் கரடு முரடாயிருப்ப தாகப்பட்டது. தனது கருந்தோலை அன்பு கதகதக்கக் கொஞ்சி வருடிய ஆப்பிரிக்க வெயிலை அவன் மிக அடிக்கடி நினைத்துக் கொண்டான்.

பின்னும் ஒருமுறை அவன் வாழ்வில் எதிர்பாரா மாறுதல் நிகழ்ந்தது. அதனால் தனக்குக் கேடு விளையும் என அவன் முதலில் கருதினான். பின்புதான் அது நன்மையாகவே முடிந்ததைக் கண்டான். இது தெய்வ சித்தம். அவனன்றி ஓர் அணுவும் அசையாதல்லவா?

நகர அதிகாரியின் மனைவிக்கு அவன் மேல் பெரு மதிப்பு. அவனது நற்குணங்களை அவள் வியந்து பாராட்டினாள். இந்தப் பிரமுகன் வீட்டிற்கு அவன் அடிக்கடி வந்து போவது வழக்கம். நகர அனாதை விடுதிக்கும் ஜீவ ரட்சண சபைக்கும் அந்த அம்மாள்தான் தலைவி. இந்த ஸ்தாபனங்களில் எதையாவது ஒன்றைப் பற்றியே எப்பொழுது பார்த்தாலும் பேசிக் கொண்டிருப்பாள். பால் பெர்ன்ஹார்டுக்கோ, நடுத்தர வயதும் பருத்த உடலும் வாய்ந்த அவளது இந்தத் தொணதொணப்பு சீயென்று போய்விட்டது. அவளுடைய மூன்று மூத்த மகள்கள் கல்யாணமாகாதவர்கள். எலும்பும் தோலுமாய் ஒடிந்து விழுபவர்கள்போல் இருப்பார்கள். முட்டுக்கு மேல் ஸ்கர்ட்டும், மார்பு தெரியும்படியான கவுனும் ஒழுக்கத்தை எப்படிக் கெடுக் கின்றன என்பதுதான் அவர்கள் ஓயாது பேசும் விஷயம். இதுபற்றி அவர்களோடு உரையாடுவதும் பால் பெர்ன்ஹார்டுக்குச் சுவை தரவில்லை. நான்காவது கடைக்குட்டிப் பெண் விஷயமே வேறு. வயதுக்கு மீறிய வளர்ச்சியும் ரோஜாக் கன்னங்களும் கொண் டவள் இந்தச் சிறுமி. அவளோடு பேசப் பேச அவனுக்கு அலுக்காது. கறுப்பர்களின் வாழ்க்கை, அவர்கள் பசுக்களையும் பெண்களையும் திருடும் விதம், ராட்சத எறும்புகள், மரங்களைச் சுற்றிப் பிணைந்துகொண்டு வெயில்காயும் பாம்புகள், இவற்றை யெல்லாம் பற்றி அவளுக்கு உற்சாகமாக வருணித்துச் சொல்லு வான். அவள் அவன் மடிமீது ஏறுவாள், அவனுடைய சுளை சுளையான வெண்பற்களைப் பார்த்து நகைப்பாள், விரல் நுனியால் அவனைத் தொட்டு, கறுப்பு, ஒட்டிக்கொள்கிறதா என்று பார்ப்பாள். இந்தப் பழக்கங்கள் வெகுகாலமாக விட்டுப் போயிருந்தபடியால் இதெல்லாம் அவனுக்கு இன்பமாயிருக்கும். இருந்தாற் போலிருந்து நகர அதிகாரியின் வீட்டில் அவன் வரவு திடீரெனத் தடை செய்யப்பட்டுவிட்டது. இது எப்படி நிகழ்ந்த தென்று அவனாலேயே சொல்ல முடியாது. தெருக்களில் தலை காட்டவோ, மாதாகோயிலில் புகவோ கூட அவன் துணிய முடிய வில்லை. இரண்டு தடவை அவன் நீதிமன்றத்தில் ஆஜராக நேர்ந்தது. கிறிஸ்தவப் பாதிரிமார்கள் இரண்டுமுறை அவனை அழைத்து அவன் செயல்களுக்குச் சமாதானம் கூறும்படி கேட் டார்கள். சிறைச்சாலை, குளிர், நீர்த்த பீட்ரூட் சூப், இவற்றை யெல்லாம் இதற்குள் அவன் அறவே மறந்திருந்தான். இப்போது

மீண்டும் எங்கேனும் இந்தத் துன்பங்களை, ஒருகால் இன்னும் மோசமானவற்றை, அனுபவிக்க நேருமோ என்று நினைத்தபோதே அவன் நெஞ்சு பகீரென்றது. ஜனங்கள் வம்பு பேசுவார்களே என்ற பயத்தால் நகர அதிகாரி தனக்கு எதிராக முடிவான நடவடிக்கைகள் எடுக்கத் தயங்குவான் என்பதை அவன் அறிவான். எனினும் இந்த நகரத்தில் அவன் வாழ்க்கை நரகமாகி விட்டது.

கிட்டத்தட்ட இதே சமயத்தில் காலனிப் படையின் லெப்டினன்ட் ஒருவன் அவன் ஹோட்டலுக்கு அடிக்கடி வரலானான். இவன் அப்போதுதான் ஆப்பிரிக்காவிலிருந்து திரும்பி வந்திருந்தான். நியாங்கீ பள்ளத்தாக்கில் கறுப்பர்கள் கிளர்ச்சி நடத்தியது, மாட்சிமை தங்கிய மன்னர் பிரானின் ஒரு சைனியம் முழுவதையும் அவர்கள் படுகொலை செய்தது ஆகிய நிகழ்ச்சிகள் பற்றிய எல்லா விவரங்களையும் பால் பெர்ன்ஹார்ட் இந்த லெப்டினன்ட் வாயிலாகக் கேட்டறிந்தான். தனது அன்புள்ள ஆசிரியரும் ஆன்மிக ஆலோசகருமான பெனிடிக்ட் பாதிரியார் கூடக் காட்டுமிராண்டிகளின் இரத்த வேட்டைக்குப் பலியாகிவிட்டார் என்று தெரிந்துகொண்டான். கறுப்பு மிருகங்களுக்குச் சூடான பதில் கொடுக்கும் பொருட்டு தண்டனைப் படைகள் வேகமாகத் தயார் செய்யப்பட்டு வருகிறது எனவும், ஆறு துருப்புக் கப்பல்களும் இரண்டு போர்க்கப்பல்களும் புறப் படுவதற்கு ஆயத்தமாகத் துறைமுகத்துக்கு வெளியே நின்று கொண்டிருப்பதாகவும் கேள்விப்பட்டான். நகரத்திலோ, ஒரே கொந்தளிப்பு. பால் பெர்ன்ஹார்ட் நான்கு கதவுகளைத் தாழிட்டுக் கொண்டு உள்ளே பதுங்கிக் கிடந்தான். ஹோட்டலுக்கு வெளியில் ஜனக்கூட்டம் திரண்டதும், ஹோட்டல் ஜன்னல்கள் மீது கற்களை எறிந்ததும், தன்னை நாவில் நரம்பின்றித் திட்டியதும் அவன் காதில் விழுந்தன. குலை நடுக்கத்துடன் கேட்டுக் கொண்டிருந்தான். அவனுக்கு ஆத்திரம் பொங்கியது. இனத்தாரின் கிளர்ச்சிக்கு அவனா பொறுப்பாளி?

லெப்டினன்டுக்கு உயர் லெப்டினன்டைத் தெரியும், உயர் லெப்டினன்டுக்குத் தலைமை லெப்டினன்டைத் தெரியும், தலைமை லெப்டினன்டுக்கு தண்டனைப் படைத் தளகர்த்தனைத் தெரியும். கரும் பாவிகளைத் தேடிப் பிடிப்பதும், தண்டிப்பதும், பூண்டோடு ஒழிப்பதும் சுளுவாய் நிறைவேறுவதற்கு, நம்பகமான

கறுப்பன் ஒருவனது உதவி அவர்களுக்குத் தேவைப்பட்டது. எனவே பால் பெர்ன்ஹார்டைக் காணவும் அவனுடன் பேசவும் விரும்புவதாகத் தளகர்த்தன் தெரிவித்தான். பால் பெர்ன்ஹார்டுடன் பேசியது தளகர்த்தனுக்கு மிகுந்த திருப்தி அளித்தது. இதற்குச் சிறிது காலத்திற்கெல்லாம் பால் பெர்ன்ஹார்டைத் தனது ஸிவில் உதவியதிகாரியாகவும் நெருங்கிய ஆலோசகனாகவும் அவன் நியமித்துவிட்டான். பால் பெர்ன்ஹார்ட், தனது ஹோட்டலை, சாராயம் ஊற்றிக் கொடுப் பவனுக்கு ஆறு வருஷக் குத்தகைக்கு விட்டான்; இரண்டு வருஷக் குத்தகைத் தொகையை முன்பணமாக வாங்கிக் கொண் டான்; மேற்கொண்டு குத்தகைப் பணம் தவணை தவணையாகச் செலுத்துவதற்குக் கறாரான நிபந்தனைகள் விதித்தான். சில நாட்களுக்கெல்லாம் பால் பெர்ன்ஹார்ட் கப்பலில் தன் அறையிலிருந்தான். புறப்படவிருந்த தண்டனைப் படைக்கு வெற்றி கூறியும் அதன் புனிதக் கடமை நலமே நிறைவேறக் கடவுள் அருள்வாராக என வாழ்த்தியும் துறைமுகத்தில் நிறைந் திருந்த ஜனக்கூட்டம் சளசளத்தது அவனுக்குக் கேட்டது.

தெளிவுபடாத பல பல எண்ணங்களும் திட்டங்களும் பால் பெர்ன்ஹார்ட் மனத்தில் குமைந்தன. நகர அதிகாரிக்கும் சட்டம், ஒழுங்கு ஆகியவற்றின் பாதுகாவலர்களான, இறுக்கமாக உடுப் பணிந்த கனவான்களுக்கும் பயந்து தப்பி ஓடுகிறோமா, நாட்டன்பு நிறைந்த செயலில் பங்காற்ற விரும்புகிறோமா, இல்லை, வெள்ளையர்கள் அகாரணமாக இழைத்த கொடுமைகள், அவமானங்கள் எல்லாவற்றிற்கும் பழிதீர்த்துக்கொள்ள இனத் தாருக்கு உதவப்போகிறோமா என்று அவனுக்கே துலங்கவில்லை. பகல் நேரத்தில், படை அதிகாரிகளுடன் தேச வரைபடத்தை ஆராய்வான். காரிய ரீதியான தோரணையில் அவன் விளக்குவதை அவர்கள் ஆழ்ந்த கவனத்துடன் கேட்பார்கள். ஸிவில் ஆலோசகர் வேலை அவனுக்கு மிக உவப்பாயிருந்தது. இரவில், சாராயத்தால் மயக்கங்கொண்டு, சிவப்பு மகமல் துணி விரித்த சோபாவில் உறங்குவான்; உயரமான எறும்புப் புற்று களையும், தன் இனத்தவரின் எலும்புக்கூடுகள் வெயிலால் வெளேரென்று வெளுத்து, தலைகீழாக அவற்றுக்கு மேல் தொங்குவதையும் பற்றிக் கனவு காண்பான்.

மஞ்சள் மணலார்ந்த ஆப்பிரிக்கக் கடற்கரையைக் கண்ணுற்றதுமே அவனுக்கு ஒரே இன்பக் கிளுகிளுப்பு உண்டாயிற்று. இயல்பாக எழுந்த ஆனந்தக் கூச்சலை அடக்கிக்கொள்வதே அரும்பாடாகிவிட்டது.

சென்ற காலம் திரும்புவது போலவும், ஆப்பிரிக்காவில் வெள்ளையர் தலைகாட்டுவதற்கு முன்னர் இருந்தது போன்றே, தான் இப்போதும் ஆவது போலவும் அவனுக்குத் தோன்றியது. தனது கடமை என்ன என்பதை இப்போது அவன் தெளிவாகப் புரிந்துகொண்டான். தன் இனத்தாருடன் இரகசியமாகப் போய்ச் சேர்ந்துகொள்வதென்றும் வெள்ளையர்கள் எல்லோரையும் நாசம் செய்வதென்றும் அவன் திட்டமிட்டான். அவர்களது நாகரிக நாட்டில் வாழ்ந்த வருடங்களில் அவர்களை நன்கு அறிந்து கொண்டிருந்தானல்லவா?

நியாங்கீ பள்ளத்தாக்கைக் கண்ணுற்றதுமே அவன் ஒரேயடியாக மலைத்துப்போனான். அழிபாட்டின் பயங்கரமான அடையாளங்களைத் துயரமும் ஏக்கமும் பொங்க நோக்கினான். துறைமுகம் நெருப்புண்டு தரைமட்டமாக்கப்பட்டிருந்தது; ஒரு காலத்தில் கிராமங்கள் இருந்த இடங்களில் எரிந்து கரிந்த கம்பங்களும், நெருப்பில் பொசுங்கிக் கழுதைப்புலிகளால் ஓட்டக் கறவப்பட்டிருந்த மனித எலும்புகளுமே காணப்பட்டன. பருத்தி விளைகளும் காப்பித் தோட்டங்களும் பாலை நிலங்களாகக் காட்சி தந்தன. அவன் அங்கிருந்தபோதே மஞ்சள் மலை அடிவாரத்தில் போடத் தொடங்கியிருந்த இருப்புப் பாதை தகர்க்கப்பட்டிருந்தது. நீர்க் கிணறுகள் மணலால் செம்மப்பட்டோ, நச்சுப் பூண்டுகளால் விஷமாக்கப்பட்டோ இருந்தன. மேல் காலெல்லாம் அழுகிச் சொட்டும் காயங்களுடன், பயங்கரமாகத் தேய்ந்து மாய்ந்து போயிருந்த சுமார் இருபது வெள்ளையர் முட்புதர்களின் மறைவிலிருந்து வெளிவந்தார்கள். ஒரு துண்டு மாமிசம் உண்டு, ஓரிரு மடக்கு சாராயம் குடித்ததுமே அவர்களில் ஆறு பேர் உயிர் நீத்தனர். புதிதாக வந்த வெள்ளைப் படையினர் பற்களை நெறு நெறுத்து, ஆண்டவனுக்கும் மாட்சிமை தங்கிய மன்னர் பிரானுக்கும் அபசாரம் இழைத்த கறுப்பர்களைக் கொடுமையாகப் பழிவாங்குவோம் எனச் சபதம் புரிந்தபோது பால் பெர்ன்ஹார்டுக்கு என்ன செய்வதென்று விளங்கவில்லை.

15

தண்டனைப் படையினர் முதலாவதாக முகாம் அமைத்துக் கொள்வது அவசியமாயிருந்தது. அதன் பின்பே தப்பியோடிய கறுப்பு மிருகங்களை விரட்டிச் சென்று அவர்களைப் பூண்டோடு அழிக்கும் புனிதச் செயலைத் தொடங்க முடியும். ஆப்பிரிக்காவின் பொசுக்கும் வெயிலிலோ வெள்ளைக்காரர்கள் உழைக்கவே இயலாதவர்களாகி விட்டார்கள். கைகால்களைக் கொஞ்சம் அசைத்தால் கூட அவர்களுக்குச் சோர்வு உண்டாயிற்று. வெயில் தாக்கியதால் பலர் இறந்து விழுந்தார்கள், பலருக்கு மூளை பிசகிவிட்டது, வேறு பலர் சுரத்தாலும் இரத்தக் கடுப்பாலும் மடிந்தார்கள். கையில் அகப்படும் கறுப்பர்களை யெல்லாம் வெட்டியெறிவதில் வெள்ளையர்களுக்கு எவ்வளவோ விருப்பந் தான். கரும்பாவிகள் அத்தனை பேரையும் கொன்று தீர்க்க வேண்டுமென்று ஒவ்வொரு வெள்ளையனுக்கும் அடங்காத வேட்கைதான். இருந்தபோதிலும் கறுப்பு அடிமைகள் இன்றி யமையாது தேவைப்பட்டபடியால் முதலில் பிடிபட்ட கைதிகளை அவ்வாறு கொல்ல முடியாது போயிற்று. ஆம், குழந்தைகளை மட்டும் தவளைக் குஞ்சுகளைப் போலத் துப்பாக்கிச் சனியன் களில் குத்திக்குத்திக் கோத்து ஆற்றிலே எறிந்து விட்டார்கள். மாதர்களை அவர்கள் அசைய முடியாமல் விறைத்துப் போகும் வரை பலாத்காரம் செய்து, பின்னர் அவர்கள் முலைகளை வெட்டியெறிந்து, வயிறுகளைக் குத்திக் கிழித்தார்கள். கிழவர்களும் கிழவியர்களும் துப்பாக்கிக் குந்தாவாலேயே அடித்துக் கொல்லப்பட்டனர். ஒரேயடியாக அருவருக்கத்தக்கவர் களாயிருந்தபடியால் இவர்களைக் கையால் தொட எவனும்

விரும்பவில்லை. பலமுள்ள கறுப்பு இளைஞர்களை இரண் டிரண்டு, மூன்று மூன்று பேராகச் சங்கிலிகளால் பிணைத்து, இடையிடையே சிறு ஆணிகள் வைத்துப் பின்னியிருந்த சவுக்குகளால் சுளீர் சுளீரென அடித்து, இரக்கமின்றி வேலை வாங்கினார்கள். அப்போதும் சில கறுப்பர்கள் ஒரே முரட்டுப் பிடிவாதம் காட்டினார்கள். உடலமைப்பை நன்கு அறிந்த, நாகரிக மனிதனின் கற்பனையில் மட்டுமே உதித்திருக்கக் கூடிய பண்பட்ட சித்திரவதைகள் எல்லாம் அவர்கள் மீது பிரயோகிக்கப் பட்டன. அவர்களோ எதற்கும் மசியவில்லை. விரலை அசைக்கக் கூட மறுத்துவிட்டார்கள். இந்தக் கறுப்பர்கள் தூண்களில் தலைகீழாகக் கட்டப்பட்டார்கள், மரங்களில் கட்டித் தொங்க விடப்பட்டார்கள், அல்லது முதலில் வாள்களால் வெட்டிச் சிதைக்கப்பட்டு, உயிரோடிருக்கையிலேயே இடுப்பு வரை மணலில் புதைக்கப்பட்டார்கள். பின்பு கொசுக்களும், ஈக்களும், எறும்புகளும் மற்ற பூச்சி புழுக்களும் அவர்கள் உடல்களை அணு அணுவாக அரித்துத் தீர்த்தன. இவ்வளவெல்லாம் பட்டும் இந்தப் பாவஜென்மங்கள் கத்தவில்லை; கதறவில்லை; கருணை காட்டும்படி கெஞ்சி இரக்கவில்லை. பற்களை இறுகக் கெட்டித்துக் கொண்டு, சித்திரவதை செய்பவர்களை மௌனமாக உறுத்து நோக்கினார்கள். அவர்களுடைய பார்வையைக் கண்டாலே குலைபதறி மயிர் குத்திட்டு நின்றது. விந்தை என்ன வென்றால் இந்த அஞ்ஞானிகளில் பலர் பெனிடிக்ட் பாதிரி யாரின் போதனைகளை அறிந்தவர்கள்; ஞானஸ்நானம் செய்விக் கப்பட்டவர்கள்; புனித ஐக்கியத்தில் கலந்து கொண்டவர்கள்; ஒருகாலத்தில் வெள்ளை எஜமானர்களுக்குப் பணிவாகத் தொண்டு புரிந்தவர்கள். இவர்களுடைய கரிய ஆன்மாக்களைச் சைத்தான் மீண்டும் ஆட்கொண்டு, பெனிடிக்ட் பாதிரியார் அவ்வளவு வளமையாக விதைத்திருந்த இயேசு நாதரின் போதனைகளைத் துவைத்து, நசுக்கி மண்ணாக்கி விட்டான். மிக நல்ல நோக்கங்களால் தூண்டப்பட்டு, பால் பெர்ன்ஹார்ட் இவர் களுக்கு அருகே செல்லும் போதுதான் இந்தப் பாழாய்ப்போன கறுப்பு ஜென்மங்கள் பேசத் தொடங்கும். அப்போது அவற்றின் பாவ வாய்களிலிருந்து பொழியும் தெய்வ நிந்தனையையும் வசவு களையும் தாங்க முடியாமல் பால் பெர்ன்ஹார்ட் காதுகளைக்

அந்திரேய் ஊப்பித் ❖ 73

கைகளால் பொத்திக் கொண்டு ஓடியே போய்த் தன் அறைக்குள் பதுங்கிவிடுவான்.

தனது நல்ல நோக்கங்கள் இங்கே செல்லுபடியாகா என்பதைப் பால் பெர்ன்ஹார்ட் நாளடைவில் அறிந்து கொண்டான். தற்போதைய நிலைமைகளில் நாகரிக முறைகளி னாலும் ஆய்ந்தோய்ந்து வகுக்கப்பட்ட உபாயங்களினாலும் கறுப்பர்களை விடுவிப்பதென்பது அசாத்தியம் மட்டுமல்ல; சிந்திக்கவே முடியாதது; இவற்றால் எவ்விதப் பயனும் விளையாது என்று அவனுக்குத் தீர்மானமாகப் பட்டது. நாகரிகச் சமூகத்தில் வாழ்ந்த வருடங்களில் எந்தத் தர்க்கம் பால் பெர்ன்ஹார்டுக்கு முற்றிலும் பழகிப் போயிருந்ததோ, அதைப் பற்றிய அறிவு தானும் இந்தப் புழுக்களுக்குத் துளிகூடக் கிடையாது. அரசாங்க ஆட்சியைப் பற்றிய ஞானமோ, சட்டம் பற்றிய உணர்வோ, ஒழுங்கைப் பற்றிய எண்ணமோ இவர்களுக்கு துளியேனும் இல்லை. எந்த நாகரிகத்துக்கும் அடிப்படை இவைதாமே! ஆடு மாடுகளைப் போல, வாழ்விற்கான இயல்பூக்கம் ஒன்றுதான் இவர் களை இயக்குவது. தங்களைவிட எவ்வளவோ வலிமை மிகுந்த பகைவர்களைத் தங்கள் அதிக எண்ணிக்கை யொன்றினாலேயே வென்றுவிடலாம் என்று நினைக்கிறார்கள். கட்டுப்பாடு, ராஜ தந்திரம் இவற்றின் அறிகுறியே இவர்களிடம் காணப்படவில்லை. எல்லையற்ற வெறுப்பு, இயல்பான தந்திரம், குருட்டுத்தனமான உணர்ச்சிக் கொந்தளிப்பு, இவை மட்டுமே இவர்களிடம் உள்ளவை. நவீனப் போர்முறை, யுத்த தந்திரம், பீரங்கிக் குழாய்கள், இயந்திரத் துப்பாக்கிகள் ஆகியவற்றுக்கெதிரே, பாறைமேல் மோதும் அலைபோல மோதிச் சிதறிவிடுகின்றன இவையெல்லாம்.

இவ்வாறு எண்ணமிட்ட பால் பெர்ன்ஹார்ட், மாட்சிமை தங்கிய மன்னர் மன்னரது படைவீரர்களும் அதிகாரிகளும் தனக்கு எவ்வளவு வேற்றாராக இருந்தார்களோ அதைவிட அதிகமாகக் கறுப்பர்கள் அன்னியராகிவிட்டனர் என்பதை உணர்ந்தான். இப்போதோ, அவனும் மாட்சிமை தங்கிய மன்னர் மன்னரின் படை அதிகாரிகளுக்குரிய உடுப்பு அணிந்து, இடையில் உடை வாளும் இடுப்பு வாரில் ரிவால்வருமாக இலகினான். காலையில்

புதிய உள்ளாடைகள் அணிந்தான், வாசனைச் சோப்பினால் முகங் கழுவிக்கொண்டான், தலை மயிரில் பொமெட் தடவி, நடு வகிடெடுத்து வாரிக்கொண்டான். ஒரு வெள்ளைக்கார வீரன் அவனது ஆர்டர்லியாகப் பணிபுரிந்தான். இரண்டு கறுப்புப் பையன்கள் வேறு அவனது மலச்சட்டியைக் காலி செய்து கழுவி வைப்பதும், பூட்சுகளுக்குப் பாலிஷ் போடுவதும், இரவில் அவன் அறை வாயிலில் உறங்குவதுமாகக் குற்றேவல் செய்துவந்தனர்.

16

ஆறு கலகக்கார இனத்தினர், மனைவி மக்கள், ஆடுமாடுகள், சொத்துக்கள், இனத்தலைவர்கள் சகிதம் மஞ்சள் மலையின் அருகேயிருந்த பள்ளத்தாக்கில் முற்றுகையிடப்பட்டிருந்தனர். அந்தப் பேதைகளோ, உயிர்ப் பகைவர்களான வெள்ளையர்களைத் தாங்களே சுற்றி வளைத்துக்கொண்டுவிட்டதாக அறியாமையினால் கற்பனை செய்துகொண்டு, இரவெல்லாம் நெகிடிகள் மூட்டி அவற்றைச் சுற்றி வந்து வெற்றி நடனம் ஆடினார்கள். முக்கியப் படைகளுடன் பால் பெர்ன்ஹார்ட் இருப்பு வளையம் போலத் தங்களைச் சூழ்ந்து நெருக்கிவிட்டான், இனித் தாங்கள் உயிர் தப்ப வழியே இல்லை என்பதை அவர்கள் அறிந்துகொள்ளவில்லை.

பால் பெர்ன்ஹார்ட் அவசரப்படாமல் நிதானமாகவே செயல் நடத்தினான். தனது நாட்டினர் எத்தகைய நிலைமையில் சிக்கியிருக்கிறார்கள் என்பதைச் சீர்தூக்கி ஆய்ந்து பார்த்தான். தண்டனைப் படைத் தளகர்த்தன் இரத்தக் கடுப்பால் இறந்து போய்விட்டபடியால் அவனே இப்போது தளகர்த்தன். எதிர்ப்பட்டிருக்கும் அபாயத்தைப்பற்றி எவனாவது ஒரு கைதி மூலமாகக் கறுப்பர்களை எச்சரித்து, இரகசிய மலைப்பாதைகள் வழியாக அவர்கள் தப்பியோடச் சந்தர்ப்பமளிப்பது அவனுக்கு எளிதே. எனினும் அவன் அவ்வாறு செய்யவில்லை. இங்கே போர்க்களத்திலே கூட, அவன் வசிப்பதற்காக விசாலமான கித்தான் கூடாரம் அடிக்கப்பட்டிருந்தது, சுவையான பச்சிளம் **பன்றிக்** கறியும் பதனிட்ட பழங்களும் சற்று முன்புதான் உண்டு ரெனிஷ் ஒயின் ஒரு பாட்டில் குடித்திருந்தான். சிங்கத் தோலில்

படுத்து, கால்மேல் கால் போட்டவாறு, பூட்சுக் குதிமுள்கள் ஒன்றின் மேல் ஒன்று படும்போது எழும் இனிய ஒலியை அனுப வித்துக் கொண்டிருந்தான். அந்த நேரத்தில் முகாமிலிருந்து திடீரென வந்த அஞ்சல்காரன், காலஞ்சென்ற தளகர்த்தரின் ஸ்தானத்தில், தண்டனைப் படைத் தளகர்த்தனாகவும் கைப்பற்றப் படும் பிரதேசத்தின் தாற்காலிக கவர்னராகவும் பால் பெர்ன்ஹார்டை நியமனம் செய்ய மாட்சிமை தங்கிய மன்னர் மன்னர் திருவுளம் கொண்டார் என்ற அறிவிப்பைக் கொணர்ந் தான். இந்த அறிவிப்புடன் அவனது சென்ற காலச் சேவைகளின் பொருட்டு வழங்கப்பட்ட பதக்கமும் இருந்தது. கணப்போதும் தாமதியாமல் தனது வெள்ளை உடுப்பில் இந்தப் பதக்கத்தை அணிந்துகொண்டான் பால் பெர்ன்ஹார்ட். அணிந்த நொடி யிலேயே அவனுடைய ஏக்கம் நிறைந்த எண்ணங்களும் ஐயங் களும் மாயமாய் மறைந்துவிட்டன. அவனது வருங்காலம் புகழொளி வீச, கறுப்பர்கள் கனவிலும் அறிந்திராத செல்வமும் விருதுகளும் கொழிக்க, அவன் முன் விளங்கியது. நிமிர்ந்த தலையுடன் கூடாரத்தை விட்டு வெளியே வந்து, குதிரையைக் கொண்டுவரச் செய்து, அதன்மீது ஆரோகணித்துக் கொண்டு, சமிக்ஞை செய்தான். தாக்குதல் தொடங்கியது – மரணத்தின் அந்த இரத்தக் களரியில் ஆறு இனங்கள் மாண்டொழிந்தன.

மறுநாள் மாலை, பால் பெர்ன்ஹார்ட் தன் கூடாரத்துக்குத் திரும்பி வந்தான். வழிநெடுகப் பாதைகளிலும் புதர்களிலும், கொலையுண்டவர்களும் குற்றுயிரானவர்களுமாகிய கறுப்பர்கள் குவியல் குவியலாய்ச் சிதறிக் கிடந்தனர். ஊறி உப்பிய உடல்கள் ஆற்றில் மிதந்து சென்றன. அஸ்தமன சூரியனின் ஒளியில் ஆற்று நீர் ஒரே குருதி வெள்ளமாய்க் காட்சியளித்தது. மாட்சிமை தங்கிய மன்னர் மன்னரின் படைவீரர்கள், மேலெல்லாம் இரத்தம் தெளித்த கறையுடன், சிறைப்பட்டவர்களைக் கூட்டங் கூட்டமாக ஓட்டிவந்த வண்ணமாயிருந்தனர். இனத்தலைவர்கள் அறு வரையும் சித்திரவதை செய்வதற்காகத் தளகர்த்தன் இருப்பிடத் திற்கு எதிரேயிருந்த மேட்டு நிலத்தில் ஆறு கம்பங்கள் நாட்டப் பட்டுவிட்டன. துப்பாக்கிக் குண்டுகளின் வெடியோசை, இறப்பவர்களின் முனகல்கள், காயமடைந்தவர்களின் கதறல்கள், இரத்த நாற்றத்தால் கிளர்ச்சியுற்ற கழுதைப்புலிகள், நரிகள் ஆகியவற்றின் ஊளைகள், இவற்றால் தரை அதிர்ந்தது.

கித்தான் நாற்காலியில் கணநேரம் சாய்ந்து, வானத்தை – பிரகாசமான பெரிய நட்சத்திரங்கள் ஒளிரும் ஆப்பிரிக்கக் கரு வானத்தை – நோக்கினான் பால் பெர்ன்ஹார்ட். அவனுக்குக் களைப்பே தோன்றவில்லை. சண்டையின் கோலாகலத்தாலும் களேபரத்தாலும், இவை எல்லாவற்றையும்விட அதிகமாக, கர்வத்தினாலும், சற்றும் எதிர்பாராதபடி தனக்கு அளிக்கப்பட்ட அதிகாரத்தினாலும், தலைதான் கொஞ்சம் கிறுகிறுத்தது. அவன் எழுந்தான். ஒரு கிளாஸ் சாராயம் பருகினான். பின்பு ஜன்னலருகே சென்றான். சிறைப்பட்டவர்களிலிருந்து அவனுக்கென விசேஷமாகப் பொறுக்கப்பட்ட பன்னிரண்டு பெண்கள், அடுத்த அறையில் கசமுசவென்று இரகசியம் பேசிக் கொண்டிருந்தார்கள். சங்கிலிகளால் பிணைக்கப்பட்ட ஆறு கறுப்பர்களை மேட்டிலிருந்த கம்பங்களை நோக்கிப் படைவீரர்கள் ஓட்டிப் போனார்கள். பாண்டு வாத்தியக் கோஷ்டி அரசவாழ்த்து கீதத்தை முழக்கியது. தொலைவில் எரிந்த நெருப்பின் பிரகாசம் முகத்தில் பட்டு ஒளிர, இராணுவ முறைப்படி கால்களைச் சேர்த்து, வலக்கை இராணுவத் தொப்பியின் விளிம்பில் படும்படி உயர்த்தியவாறு, திறந்த ஜன்னல் அருகே விறைப்பாக நின்றான் பால் பெர்ன்ஹார்ட்.

தொல்குடித் தழும்புகள்

180 ரூ

செம்பேன் உஸ்மான்

தமிழில் : **லிங்கராஜா வெங்கடேஷ்**

'இதுதான் அவர்கள் தொல்குடித் தழும்புகளை பெற்ற கதை. அவர்கள் அடிமை வாழ்வை ஏற்க மறுத்த கதை.'

ஆப்ரிக்க சினிமாவின் தந்தை என்று போற்றப்படும் செம்பேன் உஸ்மான் சிறுகதைகள். மதம் மாறியவன் குறுநாவல் போலவே மகத்தான அனுபவத்தை இந்தப் புத்தகத்தில் நீங்கள் பெறப்போவது உறுதி.

கலப்பை வெளியீடு